ಕನಸು ಮತ್ತು ಮನಸು

ಅಚ್ಯುತ ಪ್ರಲ್ಹಾದ ಕುಲಕರ್ಣಿ

Copyright © Achyut Pralhad Kulkarni
All Rights Reserved.

ಈ ಪುಸ್ತಕವನ್ನು ನನ್ನ ಪ್ರೀತಿಯ ಮಡದಿ ಶ್ರೀಮತಿ ಆರತಿ ಅಚ್ಯುತ ಕುಲಕರ್ಣಿ ಇವರಿಗೆ ಸಮರ್ಪಿಸಲಿಚ್ಚಿಸುತ್ತೇನೆ .ನನ್ನ ಜೀವನಕ್ಕೆ ಮತ್ತು ತನುಮನಕ್ಕೆ ಹೊಸ ಕನಸು ಮತ್ತು ಮನಸು ಕೊಟ್ಟವಳು ಅವಳೇ.

ಪರಿವಿಡಿಗಳು

ಪರಿವಿಡಿಗಳು

ಪರಿವಿಡಿಗಳು

ಮುನ್ನುಡಿ

ಇದೊಂದು ಭಾವಪ್ರಧಾನ ಕನಸಿನ ಲೋಕದ ಕವಿತಾ ಸಂಗ್ರಹ. ಈ ಭಾವನೆಗಳು ಪ್ರತಿ ವ್ಯಕ್ತಿಯಲ್ಲಿಯೂ ಹುದುಗಿವೆ. ಅವುಗಳನ್ನು ಹೊರತರುವ ಪ್ರಯತ್ನ ಕವಿ ಇಲ್ಲಿ ತಮ್ಮ ಕವಿತೆಯ ಮುಖಾಂತರ ಮಾಡಿದ್ದಾರೆ

ಪ್ರಸ್ತಾವನೆ

ನೂರೆಂಟು ವ್ಯಕ್ತಿತ್ವಗಳು ನಮ್ಮ ಸುತ್ತಮುತ್ತ ಸದಾ ನಲಿದಾಡುತ್ತವೆ. ನಮ್ಮನ್ನು ತಮ್ಮದಾಗಿಸಿಕೊಳ್ಳುತ್ತವೆ.ಜೊತೆಗೆ ನಿಸರ್ಗವೂ ತನ್ನ ವೈವಿಧ್ಯಮಯ ಸೃಷ್ಟಿಯಿಂದ ಮನವನ್ನು ಸೆಳೆಯುತ್ತದೆ. ಇವೆಲ್ಲವುಗಳನ್ನು ಸೆರೆಹಿಡಿದು ಕನಸಿನ ಲೋಕ ಸೃಷ್ಟಿ ಮಾಡಿ ಅವುಗಳನ್ನು ಕವಿತೆಯ ಮೂಲಕ ಹೆಣೆಯಲಾಗಿದೆ

1. ಮೋಡಗಳ ನಡುವೆ

ಮೋಡಗಳ ನಡುವೆ

.

ಮೋಡಗಳ ನಡುವೆ ಚಲಿಸುತಿರಬೇಕು
ವಿಹಂಗಮ ನೋಟ ಪಡೆಯುತಿರಬೇಕು
ಆಚೆ ನಕ್ಷತ್ರಗಳ ಸೊಬಗೋ ಸೊಬಗು
ಈಚೆ ಭೂಮಿಯ ಎಲ್ಲೆಡೆ ಹಸಿರು

.

ಬದುಕಿನಲಿ ಕಾರ್ಮೋಡ ಕವಿಯಬಾರದು
ಬೆಳಕಿಲ್ಲದೆ ಬದುಕ ಬಾಳಲಾಗದು
ಕತ್ತಲೆಯು ಕವಿದಿರಲು ಕಾರ್ಮೋಡಗಳಿಂದ
ಚದುರಿಸುವೆ ಹೇಗೆ ನಿನ್ನ ಜೀವನದಿಂದ

.

ಚಲಿಸುವ ಮೋಡಗಳ ಜೊತೆ ಚಲಿಸುತ ನಡೆ
ಗಾಳಿಯ ಜೊತೆ ನೀನೂ ತೇಲುತ ನಡೆ
ಮೋಡ ತಾನಾಗಿ ಚದುರುವವು ಬಾನಿನಿಂದ
ಕತ್ತಲೆ ಓಡಿಹೋಗುವದು ಬಾಳಿನಿಂದ

.

ದೇವತೆಗಳಂತೆ ಚಲಿಸುವೆನು ಮೋಡಗಳಲ್ಲಿ
ಇಣಕಿ ಕೆಳಗೆ ನೋಡುವೆನು ನನ್ನವರನ್ನ
ಎಲ್ಲರೂ ಚಿಕ್ಕವರು ಸಾಧನೆಯು ಕೂಡ
ಅದ್ಭುತ ನಿಸರ್ಗದ ಮುಂದೆ ನಾನೂ ಕೂಡ

.

ಮೋಡಗಳ ನಡುವೆ ಚಂದಿರ ಇಣುಕಿದ

ಆಗೀಗ ಹಗಲಲಿ ಸೂರ್ಯ ಮುಖ ತೋರಿದ
ಸೂರ್ಯ ಚಂದ್ರರು ತಿಳಿದಿಹರು ಮೋಡಗಳನು
ಇಂದಲ್ಲ ನಾಳೆ ಇಲ್ಲಿಂದ ಚದುರುವವು

2. ನಾ ನಕ್ಷತ್ರವಾಗಬೇಕು

ನಾ ನಕ್ಷತ್ರವಾಗಬೇಕು

.

ಆಗಸದ ನಕ್ಷತ್ರಗಳು ಎಷ್ಟು ಚಂದ
ಮಿನುಗುವದು ನೋಡಲು ತುಂಬಾ ಅಂದ
ಅನಿಸಿತು ಇವುಗಳು ಆಗಸದಲಿ ಬೇಕೆ
ನನ್ನ ಮನೆ ತೋಟದಲಿ ಇಲ್ಲ ಏಕೆ

.

ಬಾಳತೋಟದಲ್ಲೂ ಮಿನುಗು ಬೇಕು
ಮಿನುಗುವ ಗುರಿಸಾಧನೆ ಬದುಕಿಗೆ ಬೇಕು
ಎಲ್ಲರೂ ಮೆಚ್ಚುವರು ಹೊಗಳುವರು
ನಕ್ಷತ್ರಗಳ ಹಾದಿಯನು ಮೆಚ್ಚುತ ನೋಡುವರು

.

ನನ್ನ ಹೂದೋಟದಲ್ಲಿ ಮಿರ ಮಿರ ಮಿಂಚಲು
ಅದೆಷ್ಟು ನಯನ ಮನೋಹರವು
ನಾ ಸಾಧಿಸುವ ಗುರಿಯೂ ಹಾಗೆಯೇ
ಎಷ್ಟು ಸಂಭ್ರಮ ಎಲ್ಲರೂ ನೋಡಿ ನಲಿಯೆ

.

ನಕ್ಷತ್ರಗಳಂತೆ ಗುರಿಯೂ ದೂರ
ಸಾಧನೆಯ ಮಾರ್ಗವೂ ಘೋರ
ಎಷ್ಟು ದೂರಾದರೇನು ಛಲವಿರಬೇಕು
ಸಾಧಿಸಿಯೇ ತೀರುವ ಮನವಿರಬೇಕು

.

ಹೌದು ನಾ ಮಿಂಚುವೆ ಒಂದಿಲ್ಲೊಂದು ದಿನ

ಹೊಗಳಿಕೆ ಪಡೆಯುವೆ ಎಲ್ಲರ ಒಂದು ದಿನ
ನಕ್ಷತ್ರಗಳಂತೆ ಯುಗಯುಗಕೂ ಮಿಂಚುವೆನು
ನನ್ನ ಸಾಧನೆಯ ಮಾರ್ಗ ಸಾರಿ ಹೇಳುವೆನು

3. ಮತ್ತೆ ಅಪ್ಪನಾಗುವೆ

ಮತ್ತೆ ಅಪ್ಪನಾಗುವೆ

ಮತ್ತೆ ನಾ ಅಪ್ಪನಾಗಬೇಕು ಇಲ್ಲಿ
ಪುಟ್ಟ ಮಕ್ಕಳ ಸವಿಯ ಕಾಣಬೇಕಿಲ್ಲಿ
ಮಕ್ಕಳು ಅಳುತಿರೆ ನಾ ರಮಿಸುತಿರೆ
ಸ್ವರ್ಗವ ನನ್ನೆದುರಲ್ಲೇ ಕಾಣುತಿರೆ

ಹಿಂದೆ ಮಾಡಿದ ತಪ್ಪು ನಾ ಮಾಡುವದಿಲ್ಲ
ಹೆಂಡತಿ ಮಕ್ಕಳ ನೋಡದೆ ಇರುವದಿಲ್ಲ
ಮಕ್ಕಳು ತಾಯಿಯ ಕಾಡುತಿರೆ ಅತಿಯಾಗಿ
ಅವರ ಆಡಿ ನಲಿಸುವೆ ನಾನು ಸವಿಯಾಗಿ

ಅದೆಷ್ಟು ಸಲ ರಾತ್ರಿ ಎದ್ದವು ಮಕ್ಕಳು
ಅಳುತ ಅಮ್ಮ ಅಮ್ಮ ಎಂದು ಗೋಗರೆದವು
ನಿದ್ದೆಗೆಟ್ಟರೂ ಅವಳೇ ನೋಡಿದಳು
ತನ್ನ ಆರೋಗ್ಯವನೂ ಅಲಕ್ಷಿಸಿದಳು

ಮಕ್ಕಳ ಓದು ಓದು ಎಂದು ಆಟ ಮರೆತೆ
ಭವಿಷ್ಯ ರೂಪಿಸಬೇಕೆಂದು ಬಾಲ್ಯ ಕೆಡಿಸಿದೆ
ಅವರು ಆಟವಾಡಬೇಕೆಂದಾಗ ಆಡಗೊಡಲಿಲ್ಲ
ಭವಿಷ್ಯದ ಹೋರಾಟದಲಿ ಬೆಳೆಯಗೊಡಲಿಲ್ಲ

ಅವರನ್ನು ನನ್ನ ಸ್ನೇಹಿತರಂತೆ ಕಾಣುವೆ

ಸರಿತಪ್ಪುಗಳನ್ನೆಲ್ಲ ಅವರಿಗೆ ಬಿಡುವೆ
ಸ್ವತಂತ್ರ್ಯವಾಗಿ ಬೆಳೆದು ಗಿಡವಾಗಿ ನಿಲ್ಲಲು
ಎಷ್ಟು ಆನಂದ ಅವರನು ನೋಡಲು

4. ಹೀರೊ ಆದರೆ

ಹೀರೊ ಆದರೆ

ನಿಜಜೀವನದಲ್ಲಿ ನಾನೂ ಸಾಧಿಸಬೇಕು
ಸಿನೆಮಾ ಹೀರೋ ಥರ ಮಾಡಬೇಕು
ಸಮಾಜದಲಿ ಬದಲಾವಣೆ ನಾ ತರುವೆನು
ಜನರು ಆನಂದಿಸಲು ನೋಡಿ ನಲಿವೆನು

ಅನ್ಯಾಯವ ಸಹಿಸದೆ ರೊಚ್ಚಿಗೇಳುವೆ
ಮುಗ್ಧ ಜನರ ಬಾಳ ಇಂದೇ ಸುಧಾರಿಸುವೆ
ಹಿಂಸೆಗೊಂಡ ಜನರ ಕಂಬನಿ ಒರೆಸಲು
ಎಷ್ಟು ಆನಂದ ಜನರ ನಗುವ ನೋಡಲು

ಬಡವರ ಹಕ್ಕಿಗಾಗಿ ಹೋರಾಡುವೆ
ದುಷ್ಟ ಜನರನು ಇಂದೇ ಸದೆಬಡೆಯುವೆ
ಎಷ್ಟು ಸಹಿಸಲಾದೀತು ಹಿಂಸೆಯನು
ನೋಡುತ ಕೂಡಲಾದೀತೇ ದುಷ್ಟ ಜನರನು

ಕ್ರಾಂತಿಯ ಮಾತಾಡುತ ಎಲ್ಲರ ಒಂದಾಗಿಸುವೆ
ಸಮಾಜ ಬದಲಾವಣೆಯ ಬಗ್ಗೆ ಹೇಳುವೆ
ಹಳೆಯ ಸಂಪ್ರದಾಯಗಳಿಂದ ರೋಸಿಹೋಗಿಹರು
ಬುಡಸಮೇತ ಕಿತ್ತೆಸೆದು ಹೊಸ ಲೋಕ ಕಾಣುವರು

ಜಾತಿ ಸಂಪ್ರದಾಯಗಳ ಹೋಗಿಸುವೆ

ಎಲ್ಲರೂ ಒಂದಾಗಿರಲು ಶ್ರಮಿಸುವೆ
ಅಣ್ಣತಮ್ಮಂದಿರಂತೆ ಎಲ್ಲರಿರಲು
ಎಷ್ಟು ಚಂದ ಈ ಭುವಿ ಸ್ವರ್ಗವಾಗಲು

ಎಲ್ಲರೂ ಒಂದಾಗಿರಲು ಶ್ರಮಿಸುವೆ
ಅಣ್ಣತಮ್ಮಂದಿರಂತೆ ಎಲ್ಲರಿರಲು
ಎಷ್ಟು ಚಂದ ಈ ಭುವಿ ಸ್ವರ್ಗವಾಗಲು

5. ಮತ್ತೆ ಮಗುವಾಗುವೆ

ಮತ್ತೆ ಮಗುವಾಗುವೆ

.

ಮತ್ತೆ ನಾ ಬಾಲ್ಯದ ಮಗುವಾಗುವೆ
ಅಲ್ಲಿಲ್ಲಿ ಆಡುತ್ತ ತುಂಬಾ ನಲಿವೆ
ಓದು ಓದು ಎಂದ ಅಪ್ಪನ ಗೋಳಿಡುವೆ
ಸ್ವತಂತ್ರತೆಯಲಿ ನಲಿದಾಡುವೆ

.

ಸ್ನೇಹಿತರ ಜೊತೆಗೆ ಪಿಕ್ನಿಕ್ಕು ಮಾಡುವೆ
ಗಾಳಿಪಟದಂತೆ ಆಕಾಶದಲಿ ಹಾರುವೆ
ಕನಸಿನ ಲೋಕದಲಿ ವಿಹರಿಸುತಲಿರುವೆ
ಮಸ್ತಿಯಲಿ ಹೊಸ ಲೋಕ ನಾ ಕಟ್ಟುವೆ

.

ಓದು ಬೇಕು, ಬದುಕಿನ ಅರಿವು ಬೇಕು
ಭವಿಷ್ಯವೂ ರೂಪಿಸುವ ಇಚ್ಛೆಯೂ ಬೇಕು
ಏನೇನೋ ಓದಿ ಏನೋ ಆಗುವ ಭವಿಷ್ಯ
ಯಾರಿಗೆ ಬೇಕು ಇಂಥ ಬೇಡದ ಭವಿಷ್ಯ

.

ತಂದೆತಾಯಿಯ ಜೊತೆಗೆ ಇರುವೆ
ಮೂರುಹೊತ್ತು ಅವರ ಪ್ರೀತಿ ಮಾಡುವೆ
ಅವರೊಂದಿಗೆ ಪ್ರೀತಿಯಲಿ ಮಾತಾಡುತ್ತಾ
ಸ್ವರ್ಗ ಧರೆಗೆ ತರುವೆ ಹೃದಯವರಳಿಸುತ್ತಾ

.

ನನ್ನ ಕನಸಿನ ಲೋಕ ಕಟ್ಟುತ್ತಲಿರುವೆ

ಏನೇ ಆದರೂ ಬೆಳೆಸುತ್ತಾ ಮುಂದೆ ಸಾಗುವೆ
ನನ್ನ ಪುಟ್ಟ ಕನಸು ಬಾಲ್ಯದಲಿ ಕಂಡಿದ್ದು
ಬೆಳೆದು ಹೆಮ್ಮರವಾಗುವ ತನಕ ನಾ ದುಡಿವುದು

6. ಹುಡುಗಿಯ ಕನಸು

ಹುಡುಗಿಯ ಕನಸು

.

ನಾ ಒಂದು ಸುಂದರ ಹುಡುಗಿಯಾಗಲು
ಏನು ಚಂದ ಜನ ನನ್ನ ಒಯ್ಯಾರ ನೋಡಲು
ನನ್ನ ಮುಗುಳ್ನಗೆಯಲಿ ಜನರ ಸೆಳೆಯುವೆ
ನನ್ನ ಮಾತಲಿ ಮೋಡಿ ಮಾಡಿ ಬಿಡುವೆ

.

ಕಮಲದಂತೆ ನನ್ನ ಮುಖ ಅರಳಿದಾಗ
ಪರಿಮಳ ಎಲ್ಲೆಡೆ ಸೂಸುತ ಹರಡಿದಾಗ
ಸಖಿಯರು ಬಣ್ಣಿಸುವರು ನನ್ನ ಅಂದ ಚಂದವ
ಹುಡುಗರು ಕನಸಲಿ ಕಾಣುವರು ನನ್ನ ಜೊತೆಯ

.

ನಾ ಸ್ಕೂಲಲಿ ಟೀಚರ್ ಗೆ ನೋಡುತಿರಲು
ಅವರು ಉಪನ್ಯಾಸವನೆ ಮರೆತಿರಲು
ಹುಡುಗರ ಭವಿಷ್ಯವೆಲ್ಲ ನನ್ನ ಕೈಯಲ್ಲಿ
ಓದದೆ ನಲಿವ ವರ್ತಮಾನ ಸೃಷ್ಟಿಸಿತಲ್ಲಿ

.

ದಿನ ನಿಲ್ಲುವೆ ಕನ್ನಡಿಯ ಮುಂದೆ
ತಾಸೇನು ದಿನವೇನು ನನ್ನ ಅಂದದ ಮುಂದೆ
ನೋಡುತ ಹೆಮ್ಮೆಪಡುವೆ ನನ್ನನೆ
ಮರೆತು ಬಿಡುವೆ ನನ್ನ ಭವಿಷ್ಯವನೆ

.

ಮುಂದೆ ಒಂದು ದಿನ ಗಗನಸಖಿಯೋ

ಇಲ್ಲದಿದ್ದರೆ ನಾ ಆಗುವೆ ಸಿನೆಮಾ ತಾರೆಯೋ
ಥಳಥಳನೆ ಹೊಳೆಯುತ ಮಿನುಗುತ
ಜೀವಿಸುವೆ ಪ್ರತಿಕ್ಷಣ ಹರುಷಪಡುತ

7. ಆಗುವೆ ನಾ ಬಡವ

ಆಗುವೆ ನಾ ಬಡವ

.

ಒಮ್ಮೆಯಾದರೂ ಹಸಿವಿನ ಬಳಲಿಕೆಯ
ನೋಡಬೇಕಿದೆ ನನಗೆ ಬಡವನ ಹಸಿವೆಯ
ಪಾಪ ಅದೆಷ್ಟು ಬತ್ತಿದ ಕಣ್ಣಲಿ ನೋಡುವ
ದೀನಾಯವಾಗಿ ಬದುಕನು ಬಾಳುವ

.

ಬಡವನ ಗೋಳಿಲ್ಲಿ ಯಾರು ಕೇಳುವರು
ಬಡವನಿಂದ ಎಲ್ಲ ದೂರ ಓಡುವರು
ನಾ ಧೈರ್ಯದಿ ನಿಲ್ಲುವೆ, ಎದುರಿಸುವೆ
ದೇವರು ನನ್ನ ಜೊತೆ ಇರುವನೆನ್ನುವೆ

.

ನಾನೇಕೆ ಬಡವನೆಂದು ಎದ್ದು ನಿಲ್ಲುವೆ
ನನ್ನಲ್ಲಿಯ ಆಂತರಿಕ ಶಕ್ತಿಯ ಚೇತರಿಸುವೆ
ದಬ್ಬಾಳಿಕೆಯನು ಸಹಿಸದೆ ಎದುರಿಸುತ
ಆಂತರಿಕ ಶಕ್ತಿಯ ಚೇತರಿಸುತ

.

ಬಡವನೆಂದು ಅದೆಷ್ಟು ಅಸಹ್ಯಪಡುವರು
ಕಷ್ಟಗಳು ಬಂದಾಗ ಗೋಳಿಡುವರು
ನಾ ಬಡವನಾಗಿ ಅನುಭವಿಸಬೇಕು
ನರಕಯಾತನೆಯ ಅನುಭವ ತಿಳಿಯಬೇಕು

.

ನಾನರಿವೆ ಬಡವನ ನಿಜ ಗೋಳನ್ನು

ಶ್ರಮಿಸುವೆ ನಿವಾರಿಸಲು ಬಡತನವನ್ನು
ಹುಟ್ಟಿನಿಂದ ನಾ ಬಡವನಿರಬಹುದು
ಶ್ರಮಿಸಿ ಜಗದಲಿ ನಾ ಶ್ರೀಮಂತನಾಗುವುದು

ಶ್ರಮಿಸುವೆ ನಿವಾರಿಸಲು ಬಡತನವನ್ನು
ಹುಟ್ಟಿನಿಂದ ನಾ ಬಡವನಿರಬಹುದು
ಶ್ರಮಿಸಿ ಜಗದಲಿ ನಾ ಶ್ರೀಮಂತನಾಗುವುದು

೮. ನಾ ಚಿಟ್ಟೆಯಾಗಬೇಕು

ನಾ ಚಿಟ್ಟೆಯಾಗಬೇಕು

ಒಮ್ಮೆಯಾದರೂ ನಾ ಚಿಟ್ಟೆಯಾಗಬೇಕು
ಹೂವಿಂದ ಹೂವಿಗೆ ಹಾರುತಿರಬೇಕು
ಏನೂ ಚಿಂತೆಯಿಲ್ಲದೆ ಅತ್ತಿತ್ತ ಹಾರಾಡುವೆ
ತೋಟದ ತುಂಬೆಲ್ಲ ನನ್ನ ಲೋಕ ಸೃಷ್ಟಿಸುವೆ

ಚಿಟ್ಟೆಯಂತಹ ಬದುಕು ನಾ ಕಾಣಬೇಕು
ಅದರಂತೆ ಬದುಕಿಗೆ ರಂಗು ಬರಬೇಕು
ಹೊಸ ಹೊಸ ರಂಗುಗಳಲಿ ಪ್ರೀತಿಯ ಬೆರೆಸುವೆ
ಬದುಕಿನ ಲೋಕಕ್ಕೆ ಆತ್ಮೀಯತೆ ತರುವೆ

ಎಷ್ಟು ಹಗುರಲಿ ಚಿಟ್ಟೆ ಎಲ್ಲೆಡೆ ಹಾರುವದು
ಯಾವ ಚಿಂತೆಯಿಲ್ಲದೆ ಮಸ್ತಿಯಲಿ ಇರುವದು
ನಾನೂ ಚಿಟ್ಟೆಯಂತೆ ಸ್ವಚ್ಛಂದದಿಂದ ಇರುವೆ
ಭವಿಷ್ಯದ ಚಿಂತೆಯಿಲ್ಲದೆ ಬದುಕಿ ಬಾಳುವೆ

ಅದೆಷ್ಟು ನಾಜೂಕು ಚಿಟ್ಟೆಯು ನೋಡಲು
ಆದರೂ ಹೆದರದೇ ಮುನ್ನಡೆವುದು
ನಾನೂ ಅದರಂತೆ ಧೃತಿಗೆಡದಂತಿರುವೆ
ಭವಿಷ್ಯವ ರೂಪಿಸಲು ಮುನ್ನಡೆಯುತ್ತಿರುವೆ

ಬಣ್ಣದ ಲೋಕದ ಸೃಷ್ಟಿಯೇ ವಿಚಿತ್ರವು

ಆಗಸದೆಡೆ ನೋಡಲು ಎಷ್ಟು ಅದ್ಭುತವು
ಚಿಟ್ಟೆಯಂತೆ ಬದುಕಿಗೆ ರಂಗು ತುಂಬಿವೆ
ಆಗಸದೆತ್ತರ ಹಾರುತ ಗುರಿ ಸೇರುವೆ

ಆಗಸದೆಡೆ ನೋಡಲು ಎಷ್ಟು ಅದ್ಭುತವು
ಚಿಟ್ಟೆಯಂತೆ ಬದುಕಿಗೆ ರಂಗು ತುಂಬಿವೆ
ಆಗಸದೆತ್ತರ ಹಾರುತ ಗುರಿ ಸೇರುವೆ

೯. ಸ್ತ್ರೀಯೊಬ್ಬಳ ವಿರೋಧ

ಸ್ತ್ರೀಯೊಬ್ಬಳ ವಿರೋಧ

ನಾನೊಂದು ಸಮಾಜದ ಸ್ತ್ರೀ ಆಗುವೆ
ಅತ್ತೆಮಾವನ ದಬ್ಬಾಳಿಕೆ ವಿರೋಧಿಸುವೆ
ಒಳ್ಳೆಯವರಾದರೆ ಪೂಜಿಸಿ ಗೌರವಿಸುವೆ
ಕೆಟ್ಟವರಾದರೆ ಹೆದರದೇ ಎದುರಿಸುವೆ

ನಾನೇಕೆ ಮನೆಯಲ್ಲಿಯೇ ಕೊಳೆಯಬೇಕು
ಭವಿಷ್ಯ ರೂಪಿಸಿದೆ ಏಕೆ ಇರಬೇಕು
ಮನೆಯನ್ನೂ ನೋಡುವೆ, ಮನೆತನ ಬೆಳೆಸುವೆ
ನನ್ನ ವ್ಯಕ್ತಿತ್ವಕ್ಕೂ ಮೆರಗು ಕೊಡುವೆ

ಅತ್ಯಾಚಾರವನು ಸಹಿಸದೆ ಎದುರಿಸುವೆ
ದುಷ್ಕರ್ಮಿಗಳ ಆಟವನು ಕೊನೆಗೊಳಿಸುವೆ
ಯುಗಯುಗಗಳಿಂದ ನಡೆದಿರುವ ಇಂಥದುಕೆ
ಕಾಳಿಯಂತೆ ಎದುರಿಸಿ ಕೊನೆಹಾಡುವೆ

ಹೆಣ್ಣಿನ ಮಹತ್ತ್ವವ ಸಮಾಜ ತಿಳಿಯಲಿ
ತಾಯ್ತನಕ್ಕೆ ಗೌರವ ಕೊಡುವಂತಾಗಲಿ
ಭಾರತೀಯ ಸಂಸ್ಕೃತಿಯ ಮತ್ತೆ ಬೆಳೆಸುತ
ಭಾರತ ಮಾತೆಯ ಗೌರವ ಮತ್ತೆ ಹೆಚ್ಚಿಸುತ

ನಾರಿಯ ಕೀರ್ತಿಯ ಇನ್ನೂ ಬೆಳೆಸುವೆ

ಅವಳ ವ್ಯಕ್ತಿತ್ವದ ಗರಿಮೆ ಸಾರುವೆ
ಎಲ್ಲರೂ ಅವಳನ್ನು ಗೌರವಿಸುವಂತಾಗಲಿ
ನಾರಿ ನಾನು ಎಂಬುದಕೆ ಗರ್ವ ಪಡುವಂತಾಗಲಿ

10. ಪುಟ್ಟ ಮಗುವಾದರೆ

ಪುಟ್ಟ ಮಗುವಾದರೆ

.

ನಾನೊಂದು ಪುಟ್ಟ ಶಿಶುವಾಗಬೇಕು
ತೊಟ್ಟಿಲಲಿ ಆಡುತ ನಾ ಮಲಗಬೇಕು
ಎಲ್ಲರೂ ಲಾಲಿ ಹಾಡುತ ಮುದ್ದಾಡುತಿರಲು
ಎಷ್ಟು ಚಂದ ಬದುಕು ಸೊಗಸಾಗಿರಲು

.

ಪುಟ್ಟ ಮಗುವಿನ ಮನಸು ನನಗಿಲ್ಲ
ಮುಗ್ಧತೆಯ ನಗು ಕೂಡ ಹೊಂದಿಲ್ಲ
ಅದಕೆ ಅನ್ನುವೆ, ನಾ ಮಗುವಾಗಬೇಕು
ಎಲ್ಲರ ಪ್ರೀತಿಯ ನಾ ಮತ್ತೆ ಪಡೆಯಬೇಕು

.

ಮುಗ್ಧತೆಯ ಮನವಿರಲು ಎಷ್ಟು ಸುಂದರ
ಕೋಮಲ ಹೃದಯವಿರಲು ಎಲ್ಲ ಮಧುರ
ಮಗುವಂತೆ ನಗು ನಗುತ ಜೀವನ ಸಾಗಿಸೋಣ
ಸುಖ ದುಃಖಗಳನು ಜೊತೆಯಲಿ ಹಂಚಿಕೊಳ್ಳೋಣ

.

ಅಳುತಿರಲು ಅಪ್ಪ ಎತ್ತಿಕೊಳ್ಳುವ
ಹಸಿವಾಗಲು ಅಮ್ಮ ಹಾಲು ಉಣಿಸುವಳು
ಅಪ್ಪ ಅಮ್ಮನ ಪ್ರೀತಿಯ ನಾನಂದು ಕಂಡಿದ್ದೆ
ಇಂದು ಅವರಿದ್ದರೆ ಅದೆಷ್ಟು ಸುಖಿಸುತಿದ್ದೆ

.

ತಂದೆತಾಯಿಯ ಪ್ರೀತಿಯ ಪಡೆಯಬೇಕು

ಅಣ್ಣತಮ್ಮಂದಿರ ಸುಖ ಕಾಣಬೇಕು
ಪುಟ್ಟ ಮಗುವಾಗಿ ಮನೆತುಂಬ ಅಡ್ಡಾಡಿ
ಎಷ್ಟು ಸೊಗಸಿದೆ ಮನೆಯಲಿ ನಾನು ಜಿಗಿದಾಡಿ

ಅಣ್ಣತಮ್ಮಂದಿರ ಸುಖ ಕಾಣಬೇಕು
ಪುಟ್ಟ ಮಗುವಾಗಿ ಮನೆತುಂಬ ಅಡ್ಡಾಡಿ
ಎಷ್ಟು ಸೊಗಸಿದೆ ಮನೆಯಲಿ ನಾನು ಜಿಗಿದಾಡಿ

11. ಕಾಡಿನ ಜಿಂಕೆ

ಕಾಡಿನ ಜಿಂಕೆ

.

ಯಾವೊಂದು ಕಾಟಗಳಿಲ್ಲದೇ ಓಡಾಟ
ಸ್ವಚ್ಛಂದ ಜೀವನದ ಸೊಗಸಾಟ
ನಾ ಜಿಂಕೆಯಾಗಬೇಕು ಜಿಗಿಯುತ
ಕಾಡೆಲ್ಲ ಅಲೆಯಬೇಕು ನೆಗೆದಾಡುತ

.

ಸಾಕಾಗಿಹೋಗಿದೆ ಪಟ್ಟಣದ ವಾಸ
ನಾಲ್ಕು ಗೋಡೆಗಳ ನಡುವಿನ ಸೆರೆವಾಸ
ಹಗಲೇನು, ಇರುಳೇನು ಮನೆಯಲ್ಲಿರುವದು
ಮತ್ತೆ ಅದೇ ಮುಖಗಳ ನೋಡುತಿರುವದು

.

ಮುಂಜಾನೆಯ ಸೂರ್ಯ ನಗುತ ಕರೆವ
ಬೆಳದಿಂಗಳ ಸೊಬಗ ಚಂದಿರ ತರುವ
ಅಲ್ಲಲ್ಲಿ ಸರೋವರದ ನೀರು ಕುಡಿಯುವೆ
ಗಿಡಗಳಿಂದ ಬಿದ್ದ ಸಿಹಿ ಹಣ್ಣು ತಿನ್ನುವೆ

.

ಭೂತ ಭವಿಷ್ಯದ ಚಿಂತೆಯಲಿ ನಾ ಸೋತೆ
ಕಷ್ಟ ಸುಖಗಳ ಬಾಧೆಯಲಿ ಸದಾ ಕೆಟ್ಟೆ
ಗುಂಪಿನಲಿ ಎಲ್ಲರ ಜೊತೆ ನಲಿಯುವೆ
ಆಟವಾಡುತ ಪ್ರತಿದಿನ ಕಳೆಯುವೆ

.

ಕಾಡಿನ ಸೊಗಸಿನ ಜೊತೆ ಬಾಳುವೆ

ಪಟ್ಟಣದ ಕೃತ್ರಿಮ ನೋಟ ಮರೆಯುವೆ
ಮಳೆ ಬಂದಾಗ ತೋಯುತ ಕುಣಿಯುತ
ಇರುವೆ ಸಂತಸದ ಜೀವನ ನಾ ಪಡೆಯುತ

12. ಮೀನರಾಶಿಯ ಜನ್ಮ

ಮೀನರಾಶಿಯ ಜನ್ಮ

.

ಮೀನರಾಶಿಯಲಿ ಜನ್ಮ ತಳೆದೆ ನಾನು
ಮೀನಿನಂತಹ ಬದುಕು ಕಾಣಲಿಲ್ಲ ನಾನು
ಬದುಕಿನ ಸಾಗರದಲ್ಲಿ ನಾ ಈಜಲಿಲ್ಲ
ಮೀನಿನಂತೆ ತೇಲುತ ನಲಿದಾಡಲಿಲ್ಲ

.

ಅದೆಷ್ಟು ಬಣ್ಣದ ಮೀನುಗಳು ಅಲ್ಲಿ
ಬಾಳಿಗೆ ಬನ್ನವ ನಾ ಪಡೆಯಲಿಲ್ಲ ಇಲ್ಲಿ
ಬೇರೆಬೇರೆ ಬಣ್ಣದ ಹೊದಿಕೆ ಬಾಳಿಗಿಲ್ಲ
ಮೀನಿನಂತೆ ಸ್ವಚ್ಛಂದ ಬದುಕು ಎನಗಿಲ್ಲ

.

ಎಲ್ಲಂದರಲ್ಲಿ ತೇಲುವ ಮೀನು
ನನಗೂ ಇರಬೇಕು ಸ್ವಚ್ಛಂದ ಬಾನು
ಬದುಕು ಸ್ವೇಚ್ಛೆಯಲಿ ವಿಹರಿಸುವಾಗ
ಎಂಥ ಚಂದವು ಮನ ಸ್ವತಂತ್ರವಾದಾಗ

.

ಮೀನಿನಂತೆ ಬಣ್ಣ ಪಡೆವೆ ಬಾಳಿಗೆ
ನನ್ನ ಮನದಂತೆ ಇರುತ ಹೊಂದುವೆ ಏಳಿಗೆ
ಮೀನರಾಶಿಯಲಿ ಜನ್ಮವೆಂಬುದನು ನಾನು
ತಿಳಿಹೇಳುವೆ ಮೀನಂತೆ ಬಾಳಿ ನಾನು

.

ನೀರಿಂದ ಹೊರಬರಲು ಉಸಿರುಗಟ್ಟುವದು

ಮೀನು ಒಮ್ಮೆಲೇ ಚಡಪಡಿಸುವಡು
ಎಂಥ ಸ್ಥಿತಿಯೇ ಇರಲಿ ಹೊಂದಿಕೊಳ್ಳುವೆ ನಾನು
ಏಳಿಗೆಯ ಪಥದಲಿ ನಡೆವೆ ನಾನು

13. ನಾ ಒಮ್ಮೆ ಭೂತನಾದರೆ

ನಾ ಒಮ್ಮೆ ಭೂತನಾದರೆ

.

ನನಗೊಮ್ಮೆ ಭೂತನಾಗುವ ಆಸೆ
ಎಲ್ಲರ ಹೆದರಿಸುತ ನಲಿಯುವಾಸೆ
ಪೂರ್ತಿ ಬಾಳು ಹೆದರಿ ಸಾಕಾಗಿದೆ
ಒಮ್ಮೆಯಾದರೂ ಜನರ ಹೆದರಿಸಬೇಕಿದೆ

.

ಮುಂಚೆ ಒಂದು ಕಾಲ ಇತ್ತು
ಭೂತಪಿಶಾಚಿಗಳೆಂದರೆ ಭಯವಿತ್ತು
ಕತ್ತಲೆಯಲಿ ಅಡ್ಡಾಡುವ ಜನ ಕಂಡರೆ
ಭೂತಗಳಿಗೆ ಅದೇನೋ ವಿಶೇಷ ಅಕ್ಕರೆ

.

ಕಾಲ ಬದಲಾಗಿದೆಯೆಂದು ನಿಜವು
ಎಲ್ಲರೂ ತಮ್ಮದೇ ಲೋಕದಲ್ಲಿ ದಿನವೂ
ತಲೆಯಲಿ ನೂರೆಂಟು ವಿಚಾರಗಳಿರುವಾಗ
ಭೂತಗಳಿಗೆ ಸ್ಥಳವೆಲ್ಲಿದೆ ಈಗ

.

ಸಾಲದ ಭೂತ ಕೆಲವರಲ್ಲಿ
ಭಯದ ಭೂತ ಕೆಲವರಲ್ಲಿ
ಮತ್ತೆ ಕೆಲವರು ಆಫೀಸಿನ ಬಾಸ್ ಗೆ
ಹೆದರುವರು ಅದೆಷ್ಟು ಜನ ಮನೆಮಂದಿಗೆ

.

ಹೌದು ಭೂತಗಳಿಗೆ ಈಗಿಲ್ಲ ಜಾಗ

ತಲೆತುಂಬಿಕೊಂಡಿದೆ ಭೂತದ ಜಗ
ತನಗೆ ತಾನೇ ಹೆದರಿ ಸಾಯುವರಿಲ್ಲಿ
ಭೂತನಾದರೆ ನನಗೆ ಅವಕಾಶವೆಲ್ಲಿ

ತಲೆತುಂಬಿಕೊಂಡಿದೆ ಭೂತದ ಜಗ
ತನಗೆ ತಾನೇ ಹೆದರಿ ಸಾಯುವರಿಲ್ಲಿ
ಭೂತನಾದರೆ ನನಗೆ ಅವಕಾಶವೆಲ್ಲಿ

14. ಮುದ್ದಾದ ಬೆಕ್ಕು

ಮುದ್ದಾದ ಬೆಕ್ಕು

ಪುಟ್ಟ ಬೆಕ್ಕಿನ ಮರಿಯೆಷ್ಟು ಚೆನ್ನ
ಪುಟು ಪುಟು ಜಿಗಿಯುತಿರೆ ಎಷ್ಟು ಚೆನ್ನ
ನಾನೂ ಆಗುವೆನು ಮುದ್ದು ಬೆಕ್ಕು
ಅನಿಸಿದೆ ಎಲ್ಲರ ಮನೆ ಹಾಲುಮೊಸರು ನೆಕ್ಕು

ಅದೆಷ್ಟು ಆರಾಮ ಬೆಕ್ಕಿನ ಜೀವನ
ಮುದ್ದುಮಾಡಿಸಿಕೊಂಡು ತಣಿಸುವೆ ಮನ
ಹಸಿವಾದಾಗ ಹಾಲು ಕುಡಿಸುವರು
ಹಾಸಿಗೆಯಲಿ ತಮ್ಮ ಜತೆ ಮಲಗಿಸುವರು

ಬೆಕ್ಕಿನಂತಹ ಜನರಂತಾಗುವೆ
ಇಲಿ ಬೇಟೆಯಂತೆ ಜನರ ಕಾಡುವೆ
ಅದೆಷ್ಟು ಜನ ನಯವಂಚಕರಿಹರು
ಅವರಂತೆ ನಾನೂ ವಂಚಿಸಿ ನೋಡುವೆ

ಬೆಕ್ಕಾದಾಗ ತಿಳಿಯಿತು ವಂಚನೆಯ ಪರಿಯು
ಜಗದಲಿ ಜನರು ವಂಚಿಸುವ ರೀತಿಯು
ಎಷ್ಟು ಸಹಜವಾಗಿ ನಯವಾಗಿ ಮಾತಾಡಿ
ಬೆಕ್ಕಿನಂತೆ ಜೀವ ಹಿಂಡುವರು ಜನರ ಕಾಡಿ

ಹೌದು ನಾ ಮುದ್ದು ಮುದ್ದಾಗಿರುವೆ

ಬೆಕ್ಕಿನಂತೆ ಎಲ್ಲರ ಪ್ರೀತಿಯ ಪಡೆಯುವೆ
ಅದರಂತೆ ನಯವಂಚಕನಾಗಿರದೆ ಇರುವೆ
ಪ್ರೀತಿ, ನಂಬಿಕೆಯ ಜನರಿಂದ ಪಡೆಯುವೆ

15. ನಾ ಟೀವಿಯಾದರೆ

ನಾ ಟೀವಿಯಾದರೆ

ಒಂದೇ ಒಂದು ಸಲ ಟೀವಿಯಾಗುವಾಸೆ
ಮನೆಯಲಿ ಠೀವಿಯಲಿ ಕೂಡುವಾಸೆ
ಜನರೆಲ್ಲ ಹೆಮ್ಮೆಯಲಿ ಮುಂದೆ ಕೂಡುವರು
ಕಣ್ಣ ಎವೆಯಿಕ್ಕದೆ ನನ್ನನೇ ನೋಡುವರು

ಚಿತ್ರ ವಿಚಿತ್ರ ಸೀರಿಯಲ್ ಜನ ನೋಡಲು
ನಾನು ಒಳಗೊಳಗೆ ನೋಡಿ ನಗಲು
ನನ್ನೇಕೆ ಈಡಿಯಟ್ ಬಾಕ್ಸ್ ಅನ್ನುವರೋ
ಮೂರು ಹೊತ್ತು ಮೂರ್ಖರಂತೆ ತಾವೇ ಇರುವರು

ಜನರ ತಲೆಯಲ್ಲೇ ಓಡುತಿವೆ ಸೀರಿಯಲ್ಲು
ಒಬ್ಬನಿಗೆ ಆಫೀಸಿನದಾದರೆ ,ಇನ್ನೊಬ್ಬ ಸ್ಕೂಲಿನಲಿ
ಅವರದೇ ಚಿತ್ರ ವಿಚಿತ್ರ ಸೀರಿಯಲ್ಲುಗಳು
ಆದರೂ ಬೇಕು ಎಲ್ಲರಿಗೆ ಟೀವಿ ಸೀರಿಯಲ್ಲುಗಳು

ಹೆಂಡತಿಗಿಂತ ನಾ ಪ್ರಿಯನು ಕೆಲವರಿಗೆ
ಅಭ್ಯಾಸಕ್ಕಿಂತ ಮುಖ್ಯ ನಾ ಹುಡುಗರಿಗೆ
ಸಮಾಜವ ಕೆಡಿಸುವ ನನ್ನ ರೀತಿಯ ತಿಳಿದು
ನೊಂದುಕೊಳ್ಳುವೆ ಆದರೂ ಏನು ಮಾಡುವದು

ಜನರನೆಲ್ಲ ಕನಸಿನಲೋಕಕ್ಕೆ ಒಯ್ಯುವೆ

ಹೋಟೆಲ್ಲುಗಳನ್ನೂ ಸುತ್ತಾಡಿಸುವೆ
ಪ್ರಣಯದ ಹಾಡುಗಳ ಜನ ಕೇಳುವರು
ತಮ್ಮನೆ ಮರೆತು ನನ್ನನು ನೋಡುವರು

16. ನಾ ಮಳೆಹನಿಯಾಗಬೇಕು

ನಾ ಮಳೆಹನಿಯಾಗಬೇಕು

ನಾನೊಮ್ಮೆ ಮಳೆಯಾಗಿ ಹರಿಯಬೇಕು
ನೆಲಕೆಲ್ಲ ಹಸಿರ ನಾ ತರಲು ಬೇಕು
ಮನೆಮಂದಿಯಲ್ಲ ನಗುನಗುತಾ ಇರಲು
ಕೃತಾರ್ಥತೆಯ ಭಾವ ನಾ ಕಾಣಬೇಕು

ಮಳೆಯ ತುಂತುರು ಹಣಿಗೆ ರೋಮಾಂಚನ
ಕೂಡಿ ಹಾಡುವರು ಪ್ರೇಮಿಗಳು ತನು ಮನ
ಅವರ ಮುಖದ ಸಂತಸವ ನೋಡುತಿರಲು
ಎಷ್ಟು ಸಂತಸ ಅವರು ನಲಿದಾಡುತಿರಲು

ಬರಡು ಭೂಮಿಯನ್ನು ಫಲವತ್ತಾಗಿಸುವೆ
ಹಸಿರು ಸಿರಿಯನ್ನು ಅವರಿಗೆ ನೀಡುವೆ
ಬಡಜನರ ಕಂಗಳಲಿ ಸಂತಸ ಕಾಣಲು
ಎಷ್ಟು ಸುಂದರ ಜಗವೆಲ್ಲ ನಗುತಿರಲು

ನನ್ನ ಮಳೆಹನಿಗೆ ನವಿಲು ನರ್ತಿಸಲು
ಎಷ್ಟು ಚಂದ ಭುವಿ ಸ್ವರ್ಗವಾಗಲು
ಸೃಷ್ಟಿಯೇ ನನ್ನ ಆಗಮನವ ಮೆಚ್ಚುವದು
ಮಳೆಹನಿಯಾದುದಕೆ ನಾ ಧನ್ಯತೆ ಪಡುವದು

ನೆರೆಹಾವಳಿಗೆ ಅದೆಷ್ಟು ಹಾನಿ ಕಂಡಿಹೆನು

ನೀರುಹನಿಯಾಗಿ ಬಡವ ಕಂಬನಿಗರೆದಿಹನು
ಸೃಷ್ಟಿಯ ವಿಚಿತ್ರಕ್ಕೆ ತಲೆ ಬಾಗಬೇಕು
ಆದರೂ ನಾನೊಮ್ಮೆ ಮಳೆಹನಿಯಾಗಬೇಕು

17. ರಾಜಕಾರಣಿ

ರಾಜಕಾರಣಿ

.

ರಾಜಕಾರಣಿಯಾಗುವ ಇಚ್ಛೆಯಿದೆ
ಕುರ್ಸಿಯ ಮೇಲೆ ವಿರಾಜಿಸಬೇಕೆನಿಸಿದೆ
ಎಲ್ಲರೂ ಸಲಾಮು ಹೊಡೆಯುತಿರಲು
ಮಜವೋ ಮಜಾ ನಾ ನೋಡುತಿರಲು

.

ದೇಶಕ್ಕೆ ಒಳ್ಳೆಯದು ಮಾಡಬೇಕೆನಿಸಿದೆ
ಬಡಜನರ ಉದ್ಧಾರ ನೋಡಬೇಕೆನಿಸಿದೆ
ಪ್ರಗತಿಪಥದತ್ತ ದೇಶ ಸಾಗಲು
ಎಷ್ಟು ಸುಂದರ ಅನ್ಯದೇಶಕ್ಕಿಂತ ಮುಂದೆಹೋಗಲು

.

ಲಂಚ ಏಕೆ ತೆಗೆದುಕೊಳ್ಳುವರೋ ಗೊತ್ತಿಲ್ಲ
ನನಗಂತೂ ಅದರ ಚಟವಿಲ್ಲ
ಸ್ವಾರ್ಥವ ಬಿಟ್ಟು ದೇಶದ ಸೇವೆ ಮಾಡುವೆ
ಭ್ರಷ್ಟಾಚಾರಿಗಳನೂ ಸದೆಬಡೆಯುವೆ

.

ಟೋಪಿ ಹಾಕಿದರೆ ರಾಜಕಾರಣಿಯೇ
ಭಾಷಣ ಬಿಗಿದರೆ ರಾಜಕಾರಣಿಯೇ
ಪಾರ್ಟಿ ಫಂಡ ತೆಗೆದು ಕೊಳ್ಳುವರೆಪ್ಪೋ
ಬಡಜನರ ಹಣ ಲೂಟಿಮಾಡುವರೆಪ್ಪೋ

.

ಮುಖದಲಿ ನಯ ಹೃದಯದಲಿ ವಿನಯ

ನಾನಾಗುವೆ ಜನಮನದ ನಾಯಕ
ಅವರಿಟ್ಟ ವಿಶ್ವಾಸ ನಾ ಸದಾ ಕಾಪಾಡುವೆ
ದೇಶಹಿತಕ್ಕಾಗಿ ನಾ ಶ್ರಮಿಸುವೆ

18. ನಾನೊಬ್ಬ ತಾಯಿ

ನಾನೊಬ್ಬ ತಾಯಿ

.

ಇನ್ನೊಮ್ಮೆ ಭುವಿಯಲ್ಲಿ ನಾ ಬರುವೆ
ತಾಯಿಯಾಗಿ ಬದುಕಿನ ಸವಿಯ ಪಡೆವೆ
ಮಕ್ಕಳನು ಆಡಿಸುತ, ನಗುವ ನೋಡುತ
ಅವರ ಏಳಿಗೆಯಲಿ ಇರುವೆ ಸಂತಸಪಡುತ

.

ನನ್ನ ಉದರದ ಮಗುವ ನಾ ನೋಡಬೇಕು
ಅಳುತಿರಲು ಅದಕೆ ಹಾಲುಣಿಸಬೇಕು
ಎಷ್ಟು ಚಂದ ಮನೆಯ ಭವಿಷ್ಯ ನೋಡಲು
ಮಕ್ಕಳ ಬೆಳವಣಿಗೆಯಲಿ ಸಂತಸ ಕಾಣಲು

.

ಯಾವ ತಾಯಿಯೂ ದುಷ್ಟಳಲ್ಲ
ಮಕ್ಕಳು ಅಳುತಿರೆ ಸಹಿಸೊಲ್ಲ
ತ್ಯಾಗಮೂರ್ತಿಯ ರೂಪ ನಾ ತಾಳಬೇಕು
ದಿನರಾತ್ರಿ ಮಕ್ಕಳಿಗಾಗಿ ಬದುಕಬೇಕು

.

ತಾಯಿಯಾದರೆ ಸಾಕು ಎಲ್ಲ ರೂಪವು
ಹೆಂಡತಿ, ಅಮ್ಮ, ಅಕ್ಕ, ತಂಗಿ ಆಗುವೆವು
ತಾಯಿಯ ಮಮತೆಯನು ಮಕ್ಕಳಿಗೆ ತೋರುವೆ
ಬೇರೆ ಪಾತ್ರಗಳ ಸವಿಯನೂ ನಾ ಕಾಣುವೆ

.

ಮಕ್ಕಳ ಬೆಳವಣಿಗೆಯಾದರೆ ಸಾಕು

ಅವರು ಕೀರ್ತಿ ತರುವಂತಾದರೆ ಇನ್ನೇನು ಬೇಕು
ತಾಯಿಯಾದುದಕ್ಕೆ ನಿಜ ಸಾರ್ಥಕತೆಯು
ಬದುಕಿಗೆ ಪಡೆವೆ ನಿಜ ಸವಿಯು

19. ಡಾಕ್ಟರ್ ವೃತ್ತಿ

ಡಾಕ್ಟರ್ ವೃತ್ತಿ

ನಾನಾಗುವೆ ಡಾಕ್ಟರ್ ಈಗಲೇ ನೋಡಿ
ಸ್ಟೆಥೋಸ್ಕೋಪ್ ಏರಿಸಿ ಬಿಡುವೆ ನೋಡಿ
ಕೋಟನು ಹಾಕಿ ರೋಗಿಗಳ ನೋಡುತಿರುವೆ
ರಿಪೋರ್ಟ್ ಓದಿ ಔಷಧಿ ಬರೆಯುತಲಿರುವೆ

ರಾತ್ರಿಯೇನು, ಹಗಲೇನು ಸೇವೆ ಮಾಡುವೆ
ಅವರಿಗಾಗಿ ನನ್ನನೇ ಸಮರ್ಪಿಸುವೆ
ರೋಗಿಗಳ ಕಣ್ಣಲ್ಲಿ ಸಂತಸ ಕಾಣಲು
ಕೃತಜ್ಞತೆಯ ಭಾವ ನನ್ನಲ್ಲಿ ಮೂಡಲು

ಬಡಜನರಿಂದ ದುಡ್ಡು ಸುಲಿಗೆ ಮಾಡದೆ
ಮಾಡುವೆ ಸೇವೆ ನಿರ್ಗತಿಕರ ದಿನ ಬಿಡದೆ
ಡಾಕ್ಟರ್ ಬಗೆಗೆ ಜನರ ಪ್ರೀತಿ ಗೌರವ ಹೆಚ್ಚಿಸಿ
ಡಾಕ್ಟರ್ ದೇವರು ಎಂಬ ಮಾತು ನಿಜವಾಗಿಸಿ

ಡಾಕ್ಟರ್ ಕೋಟು ಹಾಕುತ್ತಲೇ ದೇವರ ಭಾವ ಬಂತು
ಮನ ಎಲ್ಲರಿಗೆ ಸೇವೆ ಮಾಡುವ ಭಾವ ತಂತು
ಎಷ್ಟು ಸುಂದರ ವೃತ್ತಿ ಡಾಕ್ಟರದು
ಅದೆಷ್ಟು ಉದಾತ್ತ ವ್ಯಕ್ತಿತ್ವ ಪ್ರತಿ ಡಾಕ್ಟರದು

ಕೋರೋನಾದಲ್ಲಿಯಂತೂ ಜೀವ ಒತ್ತೆಯಿಟ್ಟರು

ಮನೆ ಮಠ ತಮ್ಮನೆ ಮರೆತುಬಿಟ್ಟರು
ನಾನೂ ಅವರಂತೆ ದೇಶಸೇವೆಗೈಯ್ಯುವೆ
ಸಮಾಜದಲಿ ಆರೋಗ್ಯದ ಮುಖವಾಗುವೆ

20. ಮಾದರಿ ಹೆಂಡತಿ

ಮಾದರಿ ಹೆಂಡತಿ

ಮಡದಿಯ ರೂಪವದೆಷ್ಟು ಚಂದ
ಗಂಡ ಪ್ರೀತಿಸುತಿರೆ ಅದೆಷ್ಟು ಅಂದ
ಆಗಬೇಕು ನಾನು ಹೆಂಡತಿ ಇಂದೇ
ಪಡೆಯಬೇಕು ಗಂಡನ ಪ್ರೀತಿ ಇಂದೇ

ಮೊದಲಿನ ಕಾಲದಲ್ಲಿ ಹೆಂಡತಿ ಕಾಯುವಳು
ಗಂಡ ಬರುವ ದಾರಿ ನೋಡುವಳು
ನಗುತ ಅವನ ಸ್ವಾಗತಿಸಿ ಮನೆಯಲಿ
ನೀಡುವಳು ಸಂತಸ ಇರುತ ಜೊತೆಯಲಿ

ಇಂದೋ ಕಾಲವೇ ಬೇರೆ ಆಗಿದೆ
ಹೆಂಡತಿಯೂ ಕೆಲಸ ಮಾಡಬೇಕಿದೆ
ನಾನು ದಣಿದು ಬರಲು ಮನೆಗೆ
ಚಹಾ ತರುವ ಕೈಗೆ ಪತಿಯು ನನಗೆ

ನಾ ತೋರುವೆ ಹೆಂಡತಿ ಸರಿಸಮಾನಳೆಂದು
ಗಂಡನೂ ಮಾಡಬೇಕು ಮನೆಗೆಲಸವಿಂದು
ಇಬ್ಬರೂ ದುಡಿಯಲು ಮನೆಯ ಏಳಿಗೆಯೂ
ಸಂಸಾರದ ಸುಖವೂ ವೃದ್ಧಿಯಾಗಲು

ಅತ್ತೆಮಾವರನ್ನು ತಂದೆತಾಯಿಯಂತೆ ಕಾಣುವೆ

ನನ್ನ ತಂದೆತಾಯಿಯನ್ನೂ ಮನೆಯಲಿ ಬರಮಾಡುವೆ
ಕಾಲ ಬದಲಾಗಿದೆ ಬದಲಾವಣೆ ಬೇಕಿದೆ
ಗಂಡನಂತೆ ಹೆಂಡತಿಯೂ ಸ್ವತಂತ್ರಳಾಗಬೇಕಿದೆ

21. ಪುಟ್ಟ ಅಳಿಲು

ಪುಟ್ಟ ಅಳಿಲು

*

ನಾನೊಂದು ಅಳಿಲಾಗಬೇಕು
ಪುಟ ಪುಟನೆ ಹರಿದಾಡಬೇಕು
ಪ್ರತಿ ಗಿಡವ ಹತ್ತಿ ಇಳಿದು ನೆಗೆದಾಡಲು
ಎಷ್ಟು ಸುಖ ಹಣ್ಣ ತಿನ್ನುತಲಿರಲು

*

ಮೂರು ನಾಮವನಿಟ್ಟ ದೇವ ಚೆನ್ನ ಮೇಲೆ
ಉತ್ಸಾಹ ಹುರುಪು ಕೊಟ್ಟ ತಲೆಮೇಲೆ
ಒಂದು ಕಡೆ ಕೂಡುವದಿಲ್ಲ ಇಣಚಿಯು
ನಾನದರಂತೆ ಇರಲಿಚ್ಚಿಸುವೆ ದಿನವೂ

*

ಅಳಿಲು ಯಾರಿಗೂ ಎಂದೂ ಹಿಂಸೆ ಮಾಡಿದ್ದಿಲ್ಲ
ಜನಕೆ ಹೆದರಿ ಎಲ್ಲಕಡೆ ಅಡ್ಡಾಡಿದ್ದಿಲ್ಲ
ಗಿಡದ ಟೊಂಗೆಯಲಿ ನಾನೂ ಮನೆಮಾಡುವೆ
ಸಂಗಾತಿ ಇಣಚೆಯೊಂದಿಗೆ ಸುಖದಿಂದಿರುವೆ

*

ಅದೆಷ್ಟು ಸಲ ಇಣಚಿ ರಸ್ತೆಯಲಿ ಸತ್ತಿಲ್ಲ
ವಾಹನಗಳೆಷ್ಟೋ ಅವುಗಳನು ಕೊಂದಿಲ್ಲ
ಅಶಕ್ತ ಜನರದ್ದೂ ಜಗದಲ್ಲಿ ಇದೆ ರೀತಿ
ದೊಡ್ಡವರಿಗೆ ಬಲಿಪಶುವಾಗುವ ಸದಾ ಭೀತಿ

*

ಅದೇನೇ ಇರಲಿ ಇಣಚಿಯಾಗುವೆ ನಾ

ಪುಟಪುಟನೆ ಅಡ್ಡಾಡಿ ಹಣ್ಣು ಸವಿಯುವೆ ನಾ
ಕ್ಷುದ್ರ ಜೀವಿಯಾದರೇನಂತೆ ನನಗೂ ಬದುಕಿದೆ
ಎಲ್ಲರಂತೆ ಜೀವಿಸುವ ಹಕ್ಕು ನನಗಿದೆ

22. ಮಸಣದ ಹಾದಿಯಲಿ

ಮಸಣದ ಹಾದಿಯಲಿ

.

ನಾನೊಮ್ಮೆ ಮಸಣ ಕಾಯುವವನಾಗುವೆ
ಶವಗಳ ಅಂತಿಮ ಯಾತ್ರೆಯ ನೋಡುವೆ
ಬದುಕು ಕ್ಷಣಿಕ ಎಂದು ಗೊತ್ತಿದೆಯನಗೆ
ದಿನ ಎದುರು ನೋಡಲು ಒತ್ತು ಸಿಗುವದೆನಗೆ

.

ಹೌದು ಗೊತ್ತಾಗುವದು ಏನೆಲ್ಲಾ ಪರದಾಟ
ಜೀವಿಸಿರುವಾಗ ಎಡಬಿಡದ ಗೋಳಾಟ
ಸುಖವೋ ದುಃಖವೋ ಮುಕ್ತಿ ಇಲ್ಲಿಯೇ ಇದೆ
ಮಸಣದ ಹಾದಿಯಲ್ಲಿಯೇ ಚಿರಶಾಂತಿ ಇದೆ

.

ಸಾಯುವದಕೆ ಎಲ್ಲರೂ ಹೆದರುವರು
ಬದುಕಿನ ಬಂಧನಗಳಿಗೆ ಸಿಲುಕಿಕೊಂಡಿಹರು
ಮಸಣ ಕಾಯುತ ನನಗೆ ತಿಳಿಯಿತು
ಈಶ್ವರನೊಬ್ಬನೇ ಶಾಶ್ವತ ಎಂಬರಿವಾಯಿತು

.

ಎಷ್ಟು ಅಳುವರು ಎಲ್ಲ ಮಸಣದ ಹಾದಿಯಲಿ
ಎಷ್ಟು ಗೋಗರೆಯುವರು ಹೃದಯ ರೋದಿಸುತಲಿ
ಎಲ್ಲ ಮುಗಿದು ಶಾಶ್ವತ ಕೊನೆ ಸಿಕ್ಕಿತು ಇಲ್ಲಿ
ನಾ ಮಸಣ ಕಾಯುತಿರುವ ಜಾಗಕೆ ಬರುವರಿಲ್ಲಿ

.

ಸತ್ತ ಜೀವಕೆ ಏಕೆ ಸಂಸ್ಕಾರವು ತಿಳಿಯೆ

ಬದುಕಿದ ಜೀವಕೆ ಸಂಸ್ಕಾರ ಸಾಕಿಲ್ಲವೇ
ಸತ್ತ ನಂತರದ ಬದುಕು ಹೇಗಿದೆ ಗೊತ್ತಿಲ್ಲ
ಎಲ್ಲ ಆತನ ಕೈಯಲ್ಲಿ ಆ ಜ್ಞಾನ ನಮಗಿಲ್ಲ

23. ಗೂಬೆ

ಗೂಬೆ

ನಾ ಗೂಬೆಯಾದರೆ ಎಷ್ಟು ಚಂದವು
ಹಗಲುಗಳೆಲ್ಲ ರಾತ್ರಿಯಾಗುವವು
ಜನರೆಲ್ಲ ಮಲಗಿ ನಿದ್ದೆ ಹೊಡೆಯುವಾಗ
ನಿಶ್ಯಬ್ದ ಲೋಕವ ನೋಡುವದೆಷ್ಟು ಆನಂದವಾಗ

ನಾನಂದುಕೊಂಡಂತೆ ಈಗೆಲ್ಲಿದೆ
ರಾತ್ರಿ ಹಗಲು ಪಟ್ಟಣದಲಿ ಎಲ್ಲಿದೆ
ಇರುವದು ಒಂದೇ ಕಾಲ ಬದುಕಿನ ಕಾಲ
ರಾತ್ರಿಯೂ ಬೆಳಕನು ಕಂಡು ನಿಂತ ಕಾಲ

ಅದೆಷ್ಟು ಟೆಕಿಗಳು ಕಂಪ್ಯೂಟರ್ ಹಿಡಿದಿಹರು
ರಾತ್ರಿಯೂ ಕೂಡ ಕೆಲಸ ಮಾಡಿಹರು
ಬೇರೆ ದೇಶದ ಹಗಲಿನ ಸುಖಕ್ಕೆ ಶರಣಾಗಿ
ರಾತ್ರಿಯನ್ನೆ ತ್ಯಾಗ ಮಾಡಿ ಇರುವರು ಹೆಣಗಾಡಿ

ಗೂಬೆ ಗೂಬೆಯೆಂದು ಎಲ್ಲ ಹೀಯಾಳಿಸುವರು
ಈಗ ಗೊತ್ತಾಗಿದೆ ಏಕೆ ಬಯ್ಯುವರು
ರಾತ್ರಿಯೆಲ್ಲ ತನ್ನಷ್ಟಕ್ಕೆ ಇರುವ ಪಕ್ಷಿಯದು
ಯಾರಿಗೂ ಉಪದ್ರವ ಕೊಡದೆ ಜೀವಿಸುವದದು

ಎಲ್ಲರ ಬದುಕು ಗೂಬೆಯಂತಹುದೇ

ವ್ಯರ್ಥ ಕಾಲ ಕಳೆಯುವಂಥದೇ
ಬದುಕಿನುದ್ದಕ್ಕೂ ಬಂದು ಹೋಗುವ ಜನರ ನೋಡುತ
ಸಮಯವನರಿಯದೆ ಏಕಾಕಿಯಾಗಿರುತ

24. ಸಿಗರೇಟು ಸೇದುವ ಹುಡುಗ

ಸಿಗರೇಟು ಸೇದುವ ಹುಡುಗ

.

ಸಿಗರೇಟು ಸೇದುತ ಹೊಗೆಯ ಉಗುಳುತ
ಸ್ಟಾಯಿಲಾಗಿ ಬೀದಿ ಬೀದಿ ಅಲೆಯುತ
ಅಡ್ಡಾಡುವ ಹುಡುಗರ ನೋಡಿ ಅಂದೆ
ನಾನೂ ಹಾಗೆ ಬದುಕು ಖುಷಿ ಪಡುವೆನೆಂದೆ

.

ಪ್ರತಿ ಸಲ ಸಿಗರೇಟು ಹೊಗೆ ಒಳಗೆ ಹೋಗುತ
ಅಷ್ಟೇ ಆಯಸ್ಸು ದಿನವೂ ಕ್ಷೀಣಿಸುತ
ಗಾಬರಿಯಾಯಿತು ನನಗೆ ಏಕೆ ಈ ನಶೆ
ಹಾಗೇಕಿರುವದು ಬಿಟ್ಟು ಬದುಕಿನ ಆಸೆ

.

ಪ್ರತಿಸಲ ಕೆಮ್ಮಿದಾಗ ನನಗೇ ಸಂಶಯ
ಕ್ಯಾನ್ಸರ್ ಇರಬಹುದಾ ಎಂಬ ಭಯ
ಬದುಕುಸಾವುಗಳ ನಡುವೆ ಸದಾ ಸೆಣೆಸಾಟ
ಆದರೂ ಬಿಡೆನು ನಾನೀ ಹೊಗೆಯಾಟ

.

ತಿಳಿದೆ ಕ್ಷಣಿಕ ನಶೆಯ ಸುಖ ಸಿಗರೇಟಿನಲ್ಲಿ
ಮರೆತೆ ನಿಜ ಸುಖ ಇರುವದು ಬದುಕಿನಲ್ಲಿ
ಎಲ್ಲ ಹಾಳಾದ ಮೇಲೆ ಹೊಗೆಯೂ ಮುಗಿದ ಮೇಲೆ
ತಿಳಿವುದು ಮಾಡಿದ ತಪ್ಪು ಸಾವು ತಲುಪಿದ ಮೇಲೆ

.

ಹೌದು ನಾ ಸೇದುವೆ ಆದರೆ ಹೊಗೆಯಲ್ಲ

ನನ್ನವರ ಪ್ರೀತಿಯ ನಗೆ ಜಗವೆಲ್ಲ
ಉಗುಳುವೆ ಹೊಗೆಯನ್ನಲ್ಲ ಸದಾ ಪ್ರೀತಿಯನ್ನು
ಹೆಚ್ಚಿಸುವೆ ಪ್ರತಿಕ್ಷಣದ ಬದುಕನ್ನು

25. ಫೋಟೋಯುಗ

ಫೋಟೋಯುಗ

.

ಫೋಟೋಗ್ರಾಫರ್ ನಾನೇಕೆ ಆಗಬಾರದು
ಸುಂದರ ಕ್ಷಣಗಳ ಏಕೆ ಹಿಡಿಯಬಾರದು
ಅದೆಷ್ಟು ಕಹಿ ಕ್ಷಣಗಳು ಕಳೆದಿವೆ ಬದುಕಲ್ಲಿ
ಫೋಟೋಗಳಿಗಿಂತ ಅಚ್ಚೊತ್ತಿವೆ ಮನದಲ್ಲಿ

.

ಮದುವೆಯ ಮನೆಯಲ್ಲಿ ಖುಷಿಯ ಕ್ಷಣದಲ್ಲಿ
ನಿಂತರು ಸುಮ್ಮನೆ ಫೋಟೋವಿನ ಒತ್ತಡದಲ್ಲಿ
ಮಧುರ ಕ್ಷಣಗಳು ಸವಿಯುವದು ಇರುವಲ್ಲಿ
ಪ್ರತಿಕ್ಷಣಗಳೂ ನಿಂತವು ಅಲ್ಲೇ, ಸವಿಯುವ ಮಾತೆಲ್ಲಿ

.

ಕಾಲ ಬದಲಾಗಿದೆ ಕ್ಯಾಮರಾ ಇನ್ನೆಲ್ಲಿದೆ
ಮೊಬೈಲು ತೆಗೆದಿದೆ, ಚಿತ್ರ ಸೆರೆ ಹಿಡಿದಿದೆ
ಸೆಲ್ಫಿ ತೆಗೆಯುತ, ಜಗವ ಮರೆಯುತ
ಸುಂದರ ಕ್ಷಣಗಳನು ಆನಂದಿಸದೆ, ಗಾಳಿಗೆ ತೇಲಿಸುತ

.

ತೆಗೆದ ಫೋಟೋ ನೋಡಲು ಪುರುಸೊತ್ತೆಲ್ಲಿದೆ
ಆದರೂ ತೆಗೆಯುವೆ, ಎಲ್ಲರ ಕೂಡಿಸಬೇಕಿದೆ
ಎಲ್ಲರೂ ಒಂದೆಡೆ ನಿಂತಿರುವರೇನೋ ನಿಜ
ಆಧುನಿಕ ಯುಗದಲ್ಲಿ ವೈಮನಸ್ಸು ಅತಿ ಸಹಜ

.

ಒಂದು ಕ್ಷಣ ನನಗಾಗಿ ಯಾರು ನಿಲ್ಲುವರಿಲ್ಲಿ

ಫೋಟೋಕ್ಕಾಗಿ ಗಂಟೆಗಟ್ಟಲೆ ಸಮಯಕೊಡುವರಿಲ್ಲಿ
ಸಹಜ ಮುಖ ಬದಿಗಿಟ್ಟು ಕೃತ್ರಿಮ ನಗೆ ನಗುವರೆಲ್ಲ
ಕೃತ್ರಿಮ ಸನ್ನಿವೇಶವ ಸೃಷ್ಟಿಸಿ ಫೋಟೋ ತೆಗೆಯುವರೆಲ್ಲ

26. ಒಂದು ಬದುಕಿನ ಪ್ರವಾಸ

ಒಂದು ಬದುಕಿನ ಪ್ರವಾಸ

.

ಬದುಕಿನ ಪಯಣದಲ್ಲಿ ಬಸ್ಸಿನ ಪಯಣವು
ಕಂಡಕ್ಟರನಾಗುವ ಅದೇನೋ ಬಯಕೆಯು
ಅವರ ಪಯಣವನು ಸದಾ ವೀಕ್ಷಿಸುತ
ಪಯಣ ಮುಗಿದಮೇಲೆ ಅವರನು ಇಳಿಸುತ

.

ಪಯಣಸುಖ ಕೊಡುವೆನೋ ಇಲ್ಲವೋ
ಟಿಕೆಟ್ ಇಲ್ಲದೆ ಬಿಡುವದಿಲ್ಲವೋ
ದೇವನು ತಂದ ಭುವಿಗೆ ನಮ್ಮ ಪಯಣಿಸಲು
ಗೊತ್ತಿಲ್ಲದ ಊರಿಗೆ ಕೊನೆಗೆ ಕರೆದೊಯ್ಯಲು

.

ಯಾರಿಗೆ ಯಾರು ಪಯಣದಲ್ಲಿ
ಎಲ್ಲರ ಊರು ಬೇರೆ, ಕೊನೆಯಲ್ಲಿ
ಸುಮ್ಮನೆ ಎಲ್ಲರೂ ಹತ್ತಿ ಕುಳಿತಿಹರು
ಕೆಲವರು ಅಪರಿಚಿತರನೂ ಮಾತಾಡಿಸಿಹರು

.

ಎಲ್ಲರಿಗೆ ಟಿಕೆಟ್ ಕೊಡುತ ಏನೋ ಖುಷಿಯು
ಅವರನು ಊರಿಗೆ ತಲುಪಿಸುವೆನೆಂಬ ಭಾವವು
ಊರು ತಲುಪಲು ಎಲ್ಲ ಇಳಿದರು
ಕೃತಜ್ಞತೆ ತಿಳಿಸಲು ಎಲ್ಲ ಮರೆತರು

.

ಹೌದು ಈ ಜೀವನವೇ ಹೀಗೆ

ಪಯಣದಲ್ಲಿ ಇರುವಾಗ ಜೊತೆಗೆ
ಎಲ್ಲರೂ ಅಪರಿಚಿತರು ಗಂಡ, ಹೆಂಡತಿ. ತಂದೆ. ತಾಯಿ ಯಾರು
ಅಣ್ಣ, ತಮ್ಮ, ಅಕ್ಕ, ತಂಗಿ ಪ್ರವಾಸವ ಮುಗಿಸಿಹರು

ಪಯಣದಲ್ಲಿ ಇರುವಾಗ ಜೊತೆಗೆ
ಎಲ್ಲರೂ ಅಪರಿಚಿತರು ಗಂಡ, ಹೆಂಡತಿ. ತಂದೆ. ತಾಯಿ ಯಾರು
ಅಣ್ಣ, ತಮ್ಮ, ಅಕ್ಕ, ತಂಗಿ ಪ್ರವಾಸವ ಮುಗಿಸಿಹರು

27. ಗಗನಸಖಿಯ ಸುಖ

ಗಗನಸಖಿಯ ಸುಖ

.

ಗಗನಸಖಿ ಆಗಬೇಕೆಂಬ ಆಸೆ ಎನಗೆ
ಆಕಾಶದಲಿ ಹಾರಾಡುವ ಆಸೆ ಎನಗೆ
ಭುವಿಯಲ್ಲಿ ಮನಬಂದಂತೆ ಹಾರಾಡಿದೆ
ಸುಖ ಕಾಣಲಿಲ್ಲ, ಭುವಿಯಲಿ ಸೆಣೆಸಾಡಿದೆ

.

ಭುವಿಯಲಿ ಸಖಿಯರೆಷ್ಟೋ ಇದ್ದರೂ
ಯಾರನೂ ನಾ ಮೆಚ್ಚಲಿಲ್ಲ ಆದರೂ
ನೆಲೆದಲಿ ಕೂಡಿ ಹಾರಿದೆವು ಕನಸಲ್ಲಿ
ಕೂಡಿ ಕಟ್ಟಿದೆವು ಗುರಿಗಳ ಮನದಲ್ಲಿ

.

ನೆಲದಲ್ಲಿಯೂ ಹಾರುವ ಆಸೆ
ಮನಬಂದಂತೆ ಕುಣಿಯುವ ಆಸೆ
ತೇಲಿ ಸುಖದಲಿ ಎಲ್ಲರ ಜೊತೆಯಲಿ
ಪಡೆವೆ ಸ್ವರ್ಗವ ಸುಂದರ ಬದುಕಲಿ

.

ಆಗಸದಲ್ಲಿ ನಾ ಜೊತೆಯಾಗುವೆ ಎಲ್ಲರಿಗೆ
ಸಖಿಯಾಗಿ ನೀಡುವೆ ಪ್ರೀತಿಯನು ಜನರಿಗೆ
ಪಯಣದಲ್ಲಿ ಅವರಿಗೆ ಸುಖವನು ಕೊಡುವೆ
ಪಯಣ ಮುಗಿಯಲು ಮತ್ತೆ ಬರಲು ಹೇಳುವೆ

.

ಒಂದೆರಡು ತಾಸಿನ ಗಗನದ ಪಯಣ

ಮುಗಿದೇ ಬಿಡುವದು ಅನಿವಾರ್ಯದ ಪಯಣ
ಪಯಣ ಮುಗಿಯಲು ಯಾರಿಗೆ ಯಾರು
ಗಗನ ಸಖಿ ನಗುತಿರಲು ಎಲ್ಲ ಹೊರಟಿಹರು

28. ತಲೆ ನೀಟಾಗಿಸುವದು

ತಲೆ ನೀಟಾಗಿಸುವದು

.

ಕ್ಷೌರಿಕನ ಕೆಲಸ ಎಷ್ಟೊಂದು ಸುಲಭವು
ತಲೆಕೂದಲು ಪಟ ಪಟನೆ ತೆಗೆಯುವದು
ಅನಿಸುತಿದೆ ನನಗೂ ಕ್ಷೌರಿಕನಾಗಬೇಕು
ಎಲ್ಲರ ತಲೆಯನು ಇಂದೇ ಸರಿಮಾಡಬೇಕು

.

ಬರಡುಪ್ರದೇಶದ ತಲೆಗಳೂ ಬರುವರು
ಇರುವ ನಾಲ್ಕು ಕೂದಲ ನೀಟಾಗಿಸುವರು
ದುಡ್ಡು ಬರುತಿರಲು ನಾನೇಕೆ ಬಿಡುವೆನು
ಇರುವ ನಾಲ್ಕು ಕೂದಲ ಶೃಂಗಾರ ಮಾಡುವೆನು

.

ಕೂದಲು ನೀಟಾದರೇನು ತಲೆ ಸರಿಯಾದರೇನು
ಒಳಗಿನ ಬುದ್ಧಿಯನು ಹೇಗೆ ಸರಿಮಾಡಬಲ್ಲೆನು
ವರುಷಗಳಿಂದ ಅಸ್ತವ್ಯಸ್ತವಾದ ತಲೆಯನು
ನಿಮಿಷದಲಿ ಹೇಗೆ ಸರಿಗೊಳಿಸಬಲ್ಲೆನು

.

ತಲೆ ಸರಿಯಾಗಿಸಲು ಹೃದಯವು ಬೇಕು
ಮತ್ತೊಬ್ಬರ ಬಗೆಗೆ ಪ್ರೀತಿಯಿರಬೇಕು
ನೀ ನೀಟಾಗಿ ಹೇಳಿದ ಮಾತುಗಳನು
ಕೇಳಲು, ಸರಿಯಾಗಿ ಜೋಡಿಸಿ ಹೃದಯದಲ್ಲಿಡುವನು

.

ತಲೆಯ ಹೊರಗೆ ಕ್ಷೌರಿಕ ಸರಿಮಾಡಬಲ್ಲನು

ತಲೆಯ ಒಳಗೆ ಹೇಗೆ ಮಾಡಬಲ್ಲನು
ವಿವೇಚನೆ ಪ್ರೀತಿ ಮನದಲಿ ಹೊಕ್ಕರೆ
ಒಳಗಿನ ತಲೆ ಕೂಡ ತೋರುವದು ಅಕ್ಕರೆ

ತಲೆಯ ಒಳಗೆ ಹೇಗೆ ಮಾಡಬಲ್ಲನು
ವಿವೇಚನೆ ಪ್ರೀತಿ ಮನದಲಿ ಹೊಕ್ಕರೆ
ಒಳಗಿನ ತಲೆ ಕೂಡ ತೋರುವದು ಅಕ್ಕರೆ

29. ಪೂಜಾರಿಯ ಪುಣ್ಯ

ಪೂಜಾರಿಯ ಪುಣ್ಯ

ಮಂದಿರದ ಪೂಜಾರಿಯಾಗುವಾಸೆ
ದೇವರ ಪೂಜೆಯ ಮಾಡುತಿರುವಾಸೆ
ಬರುವ ಭಕ್ತರಿಗೆ ದೇವರ ಅರ್ಚನೆ ಮಾಡಿಸುವದು
ಎಷ್ಟು ಸುಂದರ ಅವರು ಕೈಮುಗಿಯುವದು

ಮಂತ್ರಗಳನು ಹೇಳಲು ಎಷ್ಟು ಚೆನ್ನ
ದೇವರಧ್ಯಾನದೊಳಿರೆ ಬದುಕೇ ಚೆನ್ನ
ಹೃದಯದಲಿ ದೇವರನು ಪ್ರತಿಷ್ಠಾಪಿಸುತ
ಪೂಜಿಸಿ ವಂದಿಸುವೆ ಮನದಲಿ ನಮಿಸುತ

ಅದೆಷ್ಟು ಭಕ್ತಿಭಾವ ಪೂಜಾರಿಯೆಂದರೆ ನೋಡಿ
ಕೈಮುಗಿದು ನನ್ನಿಂದ ಆಶೀರ್ವಾದ ಪಡೆದರು ನೋಡಿ
ಅದೇನು ಸುಂದರ ಭಾವ ದೈವಕಲ್ಪನೆಯದು
ಎಲ್ಲರ ಮೇಲೆ ಕಾಯುವ ದೇವನೆನ್ನುವದು

ಮನೆಯಲ್ಲಿ ದೇವರಿರಲೂ ಮಂದಿರ ಬೇಕು
ಎಲ್ಲರ ಮನ ಒಂದಾಗಿ ಪೂಜಿಸಬೇಕು
ಅವರೆಲ್ಲರ ಭಕ್ತಿಗೆ ಸೇವಕನಾಗಿ ಇರುವೆ
ದೇವರ ಪೂಜಿಸಿ ಅವರ ಮನ ಪ್ರಸನ್ನಗೊಳಿಸುವೆ

ಹೌದು ಅರ್ಚಕನಾಗುವದು ಎಷ್ಟು ಸೌಭಾಗ್ಯವು

ಎಲ್ಲರಿಗೆ ದೇವರ ಸಂಧಾನ ಕಲ್ಪಿಸುವದು
ಅವರವರ ಭಕುತಿಗೆ ಅವರು ಫಲ ಪಡೆಯುವರು
ಅರ್ಚಕನಾಗಿ ನೋಡುತ ನಾ ಧನ್ಯತೆ ಪಡೆಯುವದು

ಎಲ್ಲರಿಗೆ ದೇವರ ಸಂಧಾನ ಕಲ್ಪಿಸುವದು
ಅವರವರ ಭಕುತಿಗೆ ಅವರು ಫಲ ಪಡೆಯುವರು
ಅರ್ಚಕನಾಗಿ ನೋಡುತ ನಾ ಧನ್ಯತೆ ಪಡೆಯುವದು

30. ಹಾಡಿನ ಕಲೆ

ಹಾಡಿನ ಕಲೆ

ನಾನೊಬ್ಬ ಹಾಡುಗಾರನಾಗಬೇಕು
ಎಲ್ಲರ ಹೃದಯ ತಣಿಸಬೇಕು
ಸುಮಧುರ ದನಿಯಲಿ ನಾ ಹಾಡುತಿರಲು
ಎಲ್ಲರೂ ಕೇಳುವರು ಅತಿ ಆನಂದದಲಿ

ಹಾಡಿಗೆ ಸುಂದರ ರಾಗ ಕೊಡುವೆ
ಹಾಡಿನ ಸುಂದರ ಭಾವ ನೀಡುವೆ
ಹಾಡನು ಕೇಳುತ ಹೊಸಲೋಕ ಕಾಣುತ
ಅನುರಾಗ ಅರಳುವದು ಹೃದಯ ಸೆಳೆಯುತ

ಬದುಕಿನ ಹಾಡು ಅದೆಷ್ಟ ಕಠಿಣವು
ಪರಿಪೂರ್ಣತೆಯಲಿ ಹಾಡುವದು ಬಹಳ ಕಠಿಣವು
ರಾಗ ತಪ್ಪುವದೊಮ್ಮೆ, ಸ್ವರ ತಪ್ಪುವದೊಮ್ಮೆ
ತಾಳ ಮೇಳಗಳೂ ತಪ್ಪುತ, ದಿಕ್ಕೆ ತಪ್ಪುವದೊಮ್ಮೆ

ಬದುಕಿನ ಹಾಡಿಗೆ ಪ್ರೀತಿಯ ರಾಗವು
ಸುಂದರ ಭಾವಕೆ ಹೃದಯದಿ ಅನುರಾಗವು
ಎಲ್ಲರ ಜೊತೆಯಲಿ ಸಾಮರಸ್ಯದೊಳಿರೆ
ಮೂಡುವದು ಬದುಕಿನ ರಾಗ ಹಾಗೆ ಸಾಗುತಿರೆ

ಅದೆಷ್ಟೋ ಸಲ ದನಿ ನಿಲ್ಲುವದು

ಮುಂದಿನ ಹಾಡು ಹಾಡಲು ಬಾರದು
ತಾಳ್ಮೆ ಒಹಿಸುವೆನು ಮತ್ತೆ ಹಾಡುವೆನು
ಪ್ರಯತ್ನವಿರಲು ಬದುಕಿಗೆ ರಾಗ ಪಡೆಯುವೆನು

ಮುಂದಿನ ಹಾಡು ಹಾಡಲು ಬಾರದು
ತಾಳ್ಮೆ ಒಹಿಸುವೆನು ಮತ್ತೆ ಹಾಡುವೆನು
ಪ್ರಯತ್ನವಿರಲು ಬದುಕಿಗೆ ರಾಗ ಪಡೆಯುವೆನು

31. ತೋಟಗಾರ

ತೋಟಗಾರ

ಗಿಡಗಳ ನೋಡಲು ಹೊವು ಅರಳಲು
ಮಾಲಿಯಾಗುವೆ ನಾ ತೋಟದೊಳು
ಪ್ರತಿ ಹೂವಿನೊಂದಿಗೆ ನಾ ಮಾತನಾಡುವೆ
ಅವು ನಗುತಿರಲು ಮನಕೆ ಪರಿಮಳ ಪಡೆವೆ

ಗಿಡಗಳು ಬೆಳೆಯಲು ನೋಡುವದೇ ಹಬ್ಬವು
ಪರಿಮಳ ಬೀರಲು ಹೂವು ಸುಂದರವು
ನಾ ಮಾಲಿ ನೀರು, ಗೊಬ್ಬರ ನೀಡುವೆ
ದೇವನ ಕೃಪೆಯಲಿ ಬೆಳೆಯುವ ಅವುಗಳ ನೋಡುವೆ

ತಂದೆತಾಯಿಯರೂ ಮಾಡುವದಿದನ್ನೇ
ಮಕ್ಕಳ ಪೋಷಣೆ, ಪ್ರೀತಿ ಮಾಡುವದನ್ನೇ
ಅವರು ಬೆಳೆಯಲಿ, ಕೀರ್ತಿ ಪಡೆಯಲಿ
ಪೋಷಕರು ಮಾಲಿಯಂತೆ ಸಂತಸ ಹೊಂದಲಿ

ಕೆಲವು ಗಿಡಗಳು ಸಾವಕಾಶ ಬೆಳೆಯುವವು
ವಿಶೇಷ ಕಾಳಜಿಯಲಿ ಮಿಂಚಿ ವಿಕಸಿಸುವವು
ಅಲಕ್ಷ್ಯ ಮಾಡದೆ ಬೆಳೆಸೋಣ ಅವನ್ನು
ಗೊತ್ತಿಲ್ಲ ಮುಂದೆ ಫಲ ಅದ್ಭುತವಿಹುದಿನ್ನು

ತಮ್ಮ ಜೀವನಕೆ ತಾವೇ ಮಾಲಿ ಎಲ್ಲರೂ

ವಿವೇಚನೆ, ಪ್ರೀತಿ ಹರಿಸಿ ಬದುಕು ಬೆಳೆಸಿ ಎಲ್ಲರೂ
ಮುಂದೊಂದು ದಿನ ನಿಮ್ಮ ಪರಿಶ್ರಮಕೆ ಫಲವಿದೆ
ನಿಮ್ಮ ಜೀವನ ಅದೆಷ್ಟು ವಿಶಾಲತೆ ಪಡೆಯುವದಿದೆ

32. ಬದುಕಿಗೆ ಡ್ರೈವರ್

ಬದುಕಿಗೆ ಡ್ರೈವರ್

.

ಟ್ಯಾಕ್ಸಿ ಡ್ರೈವರ್ ಆಗಬೇಕೆನಿಸಿದೆ
ಹಗಲು ರಾತ್ರಿ ತಿರುಗಾಡಬೇಕೆನಿಸಿದೆ
ಬದುಕಲಿ ಇನ್ನೇನಿದೆ ಕುಳಿತಲ್ಲಿ
ಸುಖಕಾಣುವೆನು ತಿರುಗಾಡುವದರಲ್ಲಿ

.

ಅದೆಷ್ಟು ಜನರು ಹತ್ತುವರು ಟ್ಯಾಕ್ಸಿಯಲ್ಲಿ
ಮುಖ ನೋಡದೆ ಏನೋ ಬಡಬಡಿಸುವರು
ಅವರು ಕೊಟ್ಟ ಅಡ್ರೆಸ್ಸಿಗೆ ಒಯ್ದರೆ ಆಯ್ತು
ಕಿಸೆಗೆ ಒಂದಿಷ್ಟು ದುಡ್ಡು ಬಂದರಾಯ್ತು

.

ಹಾಡು ಕೇಳುತ ಟ್ಯಾಕ್ಸಿಯಲಿ ಮಜವೊ ಮಜಾ
ಮೂಡಿಗೆ ತಕ್ಕಂತೆ ಹಾಡು ನಡೆವುದೂ ನಿಜ
ಹಾಡು ಕೇಳುತ ಮುಖ ಸೊಟ್ಟ ಮಾಡುವರು
ಪ್ರಯಾಣಿಕರ ಕಡೆ ನೋಡಿದರೆ ಮುಖ ಸಿಂಡರಿಸುವರು

.

ನನ್ನ ಬದುಕಿಗೂ ನಾನೇ ಡ್ರೈವರ್ ಅಂತ ತಿಳಿದಿರ
ಇಲ್ಲ, ಅಲ್ಲಿ ಮೇಲೆ ಕುಳಿತವನಲ್ಲ ದೇವರು ಕೇಳುವಿರ
ಅವನು ಕರೆದೊಯ್ದತ್ತ ಬದುಕು ಸಾಗುವದು
ಸುಖವೊ ದುಃಖವೊ ನಿಲ್ಲಿಸಿದಲ್ಲಿ ನಿಲ್ಲುವದು

.

ಬದುಕಿಗೆ ಗುರಿ ಮಾತ್ರ ಇರಬೇಕು

ಡ್ರೈವರ್ ದೇವರು ಅಲ್ಲಿ ಒಯ್ಯುವ ನಂಬಿಕೆ ಬೇಕು
ಅವಶ್ಯ ಅವನು ಅಲ್ಲಿ ಕರೆದೊಯ್ಯುವ
ನಿಮ್ಮ ಬದುಕಿಗೆ ಅರ್ಥ ಕೊಡುವ

33. ನಾಯಿ ಆದರೆ

ನಾಯಿ ಆದರೆ

.

ಪುಟ್ಟ ನಾಯಿಮರಿ ಬಾಲ್ಯದಲಿ ನೋಡಿದ್ದೆ
ಹಗಲು ರಾತ್ರಿ ಜೊತೆ ಆಟವಾಡಿದ್ದೆ
ಏನೆಲ್ಲಾ ತಿಂಡಿ ಅದಕೆ ಹಾಕುತ
ಸಂತಸ ಪಟ್ಟಿದ್ದೆ ಅದರ ಆಟ ನೋಡುತ

.

ಅನಿಸುತಿದೆ ನಾಯಿಯಂತೆ ಒದರಬೇಕೆಂದು
ಸಿಟ್ಟಿಗೇಳಿಸುವ ಜನರ ಕಡೆಗೆ ಇಂದು
ಅದೆಷ್ಟು ಬದುಕಲಿ ದಿನ ರೊಚ್ಚಿಗೆಬ್ಬಿಸಿಹರು
ಸಹಿಸಿರುವೆ ಅವರು ಒದರಾಡಿದರೂ

.

ಅದೇಕೆ ನಾಯಿಯನು ಸಾಕುವರೋ
ಅದರ ಭಾವನೆಗಳ ಏಕೆ ಅರಿಯರೊ
ಪ್ರೀತಿಮಾಡಲು ನಿಮಗೆ ನಾಯಿ ಬೇಕು
ಅದರ ಮನಸನು ಯಾರು ಅರ್ಥಮಾಡಿಕೊಳ್ಳಬೇಕು

.

ಕಚ್ಚುವ ಜನರು ಅದೆಷ್ಟು ಜಗದಲ್ಲಿ
ನಾಯಿಯ ಮೀರಿಸಿಹಾರು ಬದುಕಿಗೆ ನಂಜು ತರುವದರಲ್ಲಿ
ಬೊಗಳುವ, ಕಿಡಿಕಾರುವ ಜನರೆಷ್ಟೋ
ನಾಯಿಯಂತೆ ಸುಮ್ಮನೆ ತಲೆಕೆಡಿಸುವರೆಷ್ಟೋ

.

ಆದರೂ ನಾಯಿಯಾಗಬೇಕು ಒಮ್ಮೆ

ಯಾರದಾದರೂ ಮನೆಯ ಕಾಯಬೇಕು ಒಮ್ಮೆ
ಎಲ್ಲರ ಕಾಯಲು ದೇವನಿರುವನಾದರೂ
ಪೊಲೀಸ ನಾಯಿಯಾಗಿ ಕಳ್ಳನ ಹಿಡಿಯುವೆ ಎಲ್ಲಿರುವದಾದರೂ

34. ಮಂಗನಾಟದ ಬದುಕು

ಮಂಗನಾಟದ ಬದುಕು

.

ಗಿಡದಿಂದ ಗಿಡಕ್ಕೆ ಜಿಗಿಯುವದು ಮಂಗ
ಹಾರಾಡಿ ನೆಗೆದಾಡಿ ಮಜದಲ್ಲಿರುವದು ಮಂಗ
ಅನಿಸಿತು ನನಗೂ ಮಂಗನಂತಿರಬೇಕು
ಜೀವನವ ಹಾರಾಡಿ ಸಂತಸ ಪಡೆಯಬೇಕು

.

ಇಂದಿನ ಬದುಕೂ ನಡೆದಿದೆ ಹಾಗೆಯೇ
ಸಂತೃಪ್ತದಿ ಒಂದೆಡೆ ನಿಂತವರು ಸಿಗುವರೆ
ಒಂದು ಕೆಲಸದಿಂದ ಇನ್ನೊಂದಕ್ಕೆ ಜಿಗಿವರು
ಪ್ರಮೋಶನಗಳ ಮೇಲೆ ಪ್ರಮೋಷನ್ ಗಿಟ್ಟಿಸುವರು

.

ತೃಪ್ತಿಯ ಬದುಕು ಈಗ ಕಾಣದಾಗಿದೆ
ಹೊಸ ಸಂಬಂಧಗಳು ಏಕೋ ಬೇಕಾಗಿವೆ
ಕೆಲವೇ ದಿನದಲಿ ಅದೂ ಸಾಕಾಗುವದು
ಮತ್ತೊಂದು ಹೊಸ ಸಂಬಂಧ ನೋಡುವದು

.

ಜಿಗಿಯುತಿರೆ ಒಮ್ಮೊಮ್ಮೆ ಬೀಳುವದುಂಟು
ಮತ್ತೆ ಏಳಲಾಗದ ಸ್ಥಿತಿಯೂ ಆಗುವದುಂಟು
ಮಂಗನಾಟವೇ ಹೀಗೆ, ಏನು ಮಾಡಲಾಗುವದು
ನನ್ನ ಸ್ಥಿತಿ ಇಂಗು ತಿಂದ ಮಂಗನಂತಾಗುವದು

.

ಮಂಗನಂತೆ ಹಲ್ಲು ಕಿಸಿಯುವ ಜನರುಂಟು

ತಮ್ಮ ಕುಹಕ ಬುದ್ಧಿಯ ಮುಚ್ಚಲೆತ್ತಿಸುವದುಂಟು
ಇಂಥ ಕುಹಕ ಬುದ್ಧಿಯು ನನಗೆ ಬೇಡ
ಮಂಗನಾಟದ ಪರಿಯ ಬದುಕು ಬೇಡ

35. ಬದುಕಿನ ಚಿತ್ರ

ಬದುಕಿನ ಚಿತ್ರ

.

ಅದೆಷ್ಟೋ ಕಲಾಕಾರರು ಚಿತ್ರಬಿಡಿಸುವರು
ನೋಡಲು ಮನಕೆ ಚಿಂತನ ತುಂಬುವರು
ನಾನೂ ಚಿತ್ರಕಾರನಾಗಬೇಕು ಅನಿಸಿದೆ
ಮನದ ಭಾವಗಳ ಮೂಡಿಸಬೇಕಿದೆ

.

ನಮ್ಮ ಕಲ್ಪನೆಗೂ ಮೀರಿ ಚಿತ್ರಗಳುಂಟು
ನಿಸರ್ಗದ ಅದ್ಭುತ ಕಲ್ಪನೆ ನಿಜಕುಂಟು
ಸೃಷ್ಟಿಕರ್ತನ ಕಲ್ಪನೆ ಎಷ್ಟು ಅದ್ಭುತವು
ಎಲ್ಲ ಚಿತ್ರಕಾರರಿಗೆ ಅವನೇ ಗುರುವು

.

ಮನದಲಿ ನೂರೆಂಟು ಚಿತ್ರ ಮೂಡುವವು
ಚಿತ್ರ ವಿಚಿತ್ರ ಕಲ್ಪನೆ ಮನಕೆ ತರುವವು
ಅವೆಲ್ಲ ಚಿತ್ರಗಳು ನಿಜಕೂ ತರಲಾಗುವದೆ
ಮನದ ವಿಚಿತ್ರಗಳನು ಸತ್ಯ ಮಾಡಲಾಗುವದೆ

.

ಮನದ ಚಿತ್ರಗಳನು ಬದುಕಿಗೆ ತರುವೆವು
ಅದ್ಭುತ ಚಿತ್ರಕಾರನಂತೆ ರೂಪ ಕೊಡುವೆವು
ಕೆಲ ಚಿತ್ರಗಳು ಸುಖ ರೂಪದಲಿ ಇದ್ದರೆ
ಕೆಲವು ದುಃಖದ ರೂಪದಲಿ ಎಲ್ಲ ನೋಡುವರೆ

.

ಬದುಕಿನ ಸುಂದರ ಕಲ್ಪನೆ ನಿಜವಾಗಿಸುವೆನು

ಕೆಟ್ಟ ಕಲ್ಪನೆಗಳ ಅಳಿಸಿ ಹಾಕುವೆನು
ಸೃಷ್ಟಿಕರ್ತ ಮೂಡಿಸುವ ದುಃಖಿದ ಭಾವವನು
ಶಕ್ತಿ ಕೊಡುವನು, ಅವುಗಳ ಅಳಿಸಿ ಹಾಕುವನು

36. ಸೃಷ್ಟಿಕರ್ತ ನಿಘೂಡ

ಸೃಷ್ಟಿಕರ್ತ ನಿಘೂಡ

ಅದೆಷ್ಟು ಸಂಶೋಧನೆ ಜಗ ಕಂಡಿದೆ
ಅದೆಷ್ಟು ಪ್ರಗತಿ ವಿಶ್ವ ಪಡೆದಿದೆ
ನನಗೂ ವಿಜ್ಞಾನಿಯಾಗಬೇಕು ಅನಿಸಿದೆ
ಹೊಸ ಸಂಶೋಧನೆ ಮಾಡಬೇಕೆನಿಸಿದೆ

ಸೃಷ್ಟಿಕರ್ತ ಎಂದೋ ಎಲ್ಲ ಮಾಡಿರುವ
ನಮಗೆ ತಿಳಿಯದ ಎಷ್ಟೋ ಗೂಢ ತಿಳಿದಿರುವ
ನಮ್ಮಿಂದ ಸೃಷ್ಟಿಗೆ ಹೊಸ ಸಂಶೋಧನೆ ಮಾಡಿಸುವನು
ಸೃಷ್ಟಿಯ ಏಳಿಗೆ ನೋಡಿ ಸಂತಸ ಪಡುತಿರುವನು

ನಮ್ಮ ಸಂಶೋಧನೆ ವಿನಾಶಕಾರಿಯೂ ಆಗಿವೆ
ಗೊತ್ತಿಲ್ಲದೆ ಬಡವರ ವಿನಾಶವನೂ ಮಾಡಿವೆ
ಸೃಷ್ಟಿಯ ನಾಶ ನಮ್ಮಿಂದ ಸರಿಯೇ
ಸೃಷ್ಟಿಯ ಪೂರಕ ಸಂಶೋಧನೆ ಏಕೆ ಇಲ್ಲವೇ

ಸಂಶೋಧನೆ ಆಗಬೇಕಿದೆ ಮನ, ಭಾವಗಳದು
ಹೃದಯ ನೋಡಬೇಕಿದೆ ಸ್ಪಂದನೆಗಳದು
ಯಾರ ಮನದಾಳವ ಯಾರು ಅರಿತವರು
ತಮ್ಮ ಉನ್ನತಿಗೆ ತಾವೇ ಸಂಶೋಧಕರು

ಸೃಷ್ಟಿಯ ನಿಘೂಡತೆ ಯಾರಿಗೂ ಗೊತ್ತಿಲ್ಲ

ಮುಂದುವರೆದಷ್ಟೂ ಸಂಕೀರ್ಣತೆ ಆಗದೆ ಬಿಟ್ಟಿಲ್ಲ
ಆಗುವೆ ವಿಜ್ಞಾನಿ ನಾನೂ ನನ್ನ ಬದುಕಿಗೆ
ತಿಳಿಯುವೆ ನನ್ನತನವ ನಮಿಸಿ ಸೃಷ್ಟಿಕರ್ತನಿಗೆ

ಮುಂದುವರೆದಷ್ಟೂ ಸಂಕೀರ್ಣತೆ ಆಗದೆ ಬಿಟ್ಟಿಲ್ಲ
ಆಗುವೆ ವಿಜ್ಞಾನಿ ನಾನೂ ನನ್ನ ಬದುಕಿಗೆ
ತಿಳಿಯುವೆ ನನ್ನತನವ ನಮಿಸಿ ಸೃಷ್ಟಿಕರ್ತನಿಗೆ

37. ಕಸಬರಿಗೆಯ ಮಹತ್ವ

ಕಸಬರಿಗೆಯ ಮಹತ್ವ

ಸ್ವಚ್ಛತೆಯ ಮಹತ್ವ ಎಲ್ಲ ತಿಳಿದಿಹರು
ಕಸಗುಡಿಸುವವನ ಅದೆಷ್ಟು ಗೌರವಿಸುವರು
ಆಗುವೆ ಇಂದೇ ಕಸಗುಡಿಸುವವ ನಾನು
ತರುವೆ ಸ್ವಚ್ಛತೆ ನನ್ನ ಬಾಳಿಗೆ ನಾನು

ಬೀದಿಬೀದಿಗಳಲಿ ಕಸ, ಎಲ್ಲೆಡೆ ಕಸ
ಮನೆಯ ಒಳಗೂ ಕಸ ಮತ್ತು ಹೊರಗೂ ಕಸ
ಎತ್ತುವೆ ಇಂದೇ ಕಸಬರಿಗೆಯನು ನಾನು
ಸುತ್ತಲಿನ ಜಗವನು ಸ್ವಚ್ಛಗೊಳಿಸುವೆನು ನಾನು

ಅದೆಷ್ಟು ದಿನಗಳಿಂದ ಶೇಖರವಾಗಿದೆ ಕಸ
ಮನದ ಎಲ್ಲೆಡೆ ಹರಡಿದೆ ವಿಚಿತ್ರ ಕಸ
ಗೊತ್ತಿಲ್ಲ ಅದಕೆ ಬೇಕು ಆತ್ಮಚಿಂತನೆಯ ಕಸಬರಿಗೆ
ಜೊತೆಗೆ ಸೃಷ್ಟಿಕರ್ತನ ಪ್ರಾರ್ಥನೆಯಿಂದ ಸಿಗುವ ಶಕ್ತಿ

ಸಮಾಜದಲ್ಲಿಯೂ ಹರಡಿವೆ ನೂರೆಂಟು ಕಸ
ಶತಮಾನಗಳಿಂದ ಉಳಿದಿವೆ ಗುಡಿಸಲಾಗದ ಕಸ
ಚೇತರಿಸುವೆ ಹೃದಯದ ಶಕ್ತಿ ಗುಡಿಸುವೆ ಸಮಾಜವ
ಎಲ್ಲರ ಮನದಲ್ಲಿಯ ಗುಡಿಸುವೆ ಕಸವ

ನಾನೂ ಕಸಗುಡಿಸುವವನಾಗಬೇಕು

ನಾನಷ್ಟೆ ಅಲ್ಲ ಎಲ್ಲರೂ ಆಗಬೇಕು
ತಮ್ಮ ಮತ್ತು ಸಮಾಜದ ಕಸ ಹುಡಗಬೇಕು
ಸ್ವಚ್ಛತೆಯ ಮೂಡಿಸಿ ಏಳಿಗೆ ಕಾಣಬೇಕು

38. ಬದುಕೊಂದು ಕ್ರಿಕೆಟ್ ಆಟ

ಬದುಕೊಂದು ಕ್ರಿಕೆಟ್ ಆಟ

.

ಅದೆಷ್ಟು ಆಸೆ ಕ್ರಿಕೆಟ್ ಆಟಗಾರನಾಗಲು
ಮನಕೆ ಉತ್ಸಾಹ ಸಿಕ್ಸ್ ಬಾರಿಸುತ್ತಿರಲು
ಆಗುವೆ ನಾನೂ ಉತ್ತಮ ಆಟಗಾರನು
ತರುವೆ ದೇಶಕೆ ಕೀರ್ತಿ, ಗೆಲ್ಲುತ ಆಟಗಳನು

.

ಬದುಕಲಿ ಸಿಕ್ಸ್ ಬೌಂಡರಿ ನಾ ಕಾಣಲಿಲ್ಲ
ಸುತ್ತಲ ಜನರ ಟೈಟ್ ಫೀಲ್ಡಿಂಗ್ ಇರಲು, ಆಗಲಿಲ್ಲ
ಎಲ್ಲರೂ ತಡೆದರು ನನ್ನನು ಏಳಗೊಡಲಿಲ್ಲ
ಫೋರ್ ಸಿಕ್ಸ್ ಬಾರಿಸಲು ಎಂದೂ ಬಿಡಲಿಲ್ಲ

.

ನಮ್ಮ ಸಮಾಜವೇ ಹೀಗೆ, ಬಹಳ ವಿಚಿತ್ರವು
ಎದುರಾಳಿ ಟೀಮ್ ನಂತೆ ಸದಾ ವರ್ತಿಸುವವು
ಯಾರನೂ ಎಂದೂ ಮೇಲೇಳಗೊಡಲಿಲ್ಲ
ಒಂದೂ, ಎರಡೂ ರನ್ನನೂ ಮಾಡಗೊಡಲಿಲ್ಲ

.

ಎದುರಿಸುವೆ ಸಮಾಜವ, ಆಡುವೆ ಆಟವ
ಏನೆ ಆದರೂ ಹೊಡೆಯುವೆ ಸಿಕ್ಸ್ ಎಲ್ಲವ
ಔಟು ಮಾಡಲು ನಿಂತ ಸಮಾಜಕೆ ಹೆದರಲುಂಟೆ
ಗೆದಿಯಲು ಅವರೇ ಮಾಲೆಯ ಹಾಕದಿರದುಂಟೆ

.

ಹೌದು ಆಗುವೆ ನಾ ಒಳ್ಳೆಯ ಆಟಗಾರ

ಶ್ರಮಿಸುವೆ ಕೇಳುವ ತನಕ ಜಯಜಯಕಾರ
ಒಂದಿಲ್ಲೊಂದು ದಿನ ಗೆದ್ದೇ ಗೆಲ್ಲುವೆ
ನನ್ನ ಪ್ರತಿಭೆಯ ಶಕ್ತಿಯ ಸಾಬೀತು ಮಾಡುವೆ

39. ಮನ ಕಲ್ಲಾದರೆ

ಮನ ಕಲ್ಲಾದರೆ

.

ಸೃಷ್ಟಿಯಲಿ ಅದೆಷ್ಟು ಬಗೆಗಳು
ಮನ ಊಹಿಸದಷ್ಟೂ ವಿಧಗಳು
ಅನಿಸಿತು ಮನಕೆ ಕಲ್ಲಾದರೆ ಹೇಗೆಂದು
ಲೋಕದ ಯಾವ ವ್ಯಾಪವಿಲ್ಲದೆ ಇರುವದೆಂದು

.

ಎಲ್ಲರಿಗೂ ಸ್ಪಂದಿಸಿದೆ, ಅವರಂತೆ ನಡೆದೆ
ಅವರ ಬೇಕು ಬೇಡಗಳನು ಸ್ವೀಕರಿಸಿದೆ
ಈಗ ತಿಳಿಯುತಿದೆ ಎಲ್ಲ ವ್ಯರ್ಥವಾಯಿತೆಂದು
ಮನಸು ಕಲ್ಲು ಮಾಡಿದ್ದರೆ ಎಷ್ಟು ಸರಿಯಿತ್ತೆಂದು

.

ಸರಿಯೇನು ತಪ್ಪೇನು ಲೋಕವೇ ಹೀಗೆಯೇ
ಮನ ಚುಚ್ಚಿ ನೋಯಿಸುವ ಜನರು ಇಲ್ಲಿಯೇ
ಮನ ಕಲ್ಲಾಗಿದ್ದರೆ ಇಲ್ಲಿ ಬದುಕಬಲ್ಲೆ
ನಿನ್ನ ಬದುಕನು ನಿರ್ವಹಿಸುತ ಸಾಗಬಲ್ಲೆ

.

ಬದುಕಿನ ಪಯಣದಲ್ಲಿ ನೂರೆಂಟು ಬಾಧೆಗಳು
ಹಿಂಸಿಸಿ ಕಾಡಿಸುವ ನೂರೆಂಟು ವ್ಯಾಧಿಗಳು
ಇದರಿಂದ ಪಾರಾಗುವಾದಕೆ ಮಾರ್ಗ ಒಂದೇ
ಕಲ್ಲು ಮನಸು ಮಾಡಿ ನೀ ನಡೆಯುವದೊಂದೇ

.

ಕಲ್ಲನು ದೇವರೆಂದು ಇಟ್ಟು ಪೂಜಿಸುವದೇತಕೆ

ಮನ ಕಲ್ಲು ಮಾಡಿದವನ ದ್ವೇಷಿಸುವದೇತಕೆ
ಕರಗುವ ಮನವ ಕಲ್ಲಾಗಿಸುವರು ಜನ
ಕಲ್ಲಾದರೆ ಮತ್ತೆ ತಿರುಗಿಬೀಳುವರದೇ ಜನ

40. ದೇವರ ಭಾಷೆ

ದೇವರ ಭಾಷೆ

.

ಅದೆಷ್ಟು ಸಲ ಅನಿಸಿದೆ ನನಗೆ
ದೇವರ ಭೆಟ್ಟಿಯಾಗುವೆ ಇಂದಲ್ಲ ನಾಳೆಗೆ
ದೇವನು ಎದುರಲಿ ಇರಲು ಕೇಳುವೆ
ನಮ್ಮ ಸಂಸಾರದ ಗುಟ್ಟು ಹೇಳೆನ್ನುವೆ

.

ಯುಗಯುಗಗಳಿಂದ ಪೂಜಿಸಿದೆವು ನಿನ್ನ
ಮೂರ್ತಿ ಬಿಟ್ಟು ಹೊರಬಾರದಿದ್ದರೂ ನಿನ್ನ
ಒಮ್ಮೆ ದರುಶನ ಕೊಡು ಎನ್ನುವೆ
ನಿಜಸತ್ಯವನು ಅರುಹು ಎನ್ನುವೆ

.

ದೇವನು ಅದೇನೋ ಅಂದನು , ತಿಳಿಯಲಿಲ್ಲ
ಅವನ ಭಾಷೆ ಎನಗರ್ಥವಾಗಲಿಲ್ಲ
ಕೇಳಿದೆ ನನ್ನ ಭಾಷೆಯಲಿ ಹೇಳು ಎಂದು
ಹೇಳಿದನು ಭಾಷೆಗೆ ಶಬ್ದದ ಕೊರತೆ ಇದೆ ಎಂದು

.

ನಿನ್ನ ಭಾಷೆಯ ಕಲಿಸು ಎಂದೆ ನಾನು
ಮನ ಹೃದಯ ನಿಷ್ಕಲ್ಮಶ ಮಾಡು ಎಂದ ಅವನು
ದೇವನ ಭಾಷೆಗೆ ಮೂಲ ಪವಿತ್ರ ಮನವೆಂದ
ಅವನ ಜೊತೆ ಮಾತಾಡಲು ಜಗ ಮರೆಯಬೇಕೆಂದ

.

ಹೌದು ಇಂದಲ್ಲ ನಾಳೆ ಆ ದಿನ ಬರುವದು

ಮರಳಿ ದೇವನ ಜೊತೆ ಮಾತಾಡುವದು
ಸಿದ್ಧತೆ ಮಾಡೋಣ ಇಂದೇ ಎಲ್ಲರೂ
ಆತ್ಮಶುದ್ಧಿ ಮನಶುದ್ಧಿ ಮಾಡೋಣ ಎಲ್ಲರೂ

41. ಸೂಪರ್ ಬಾಸ್

ಸೂಪರ್ ಬಾಸ್

ದಿನ ಪ್ರತಿದಿನ ಬಾಸ್ ಕೂಗುವನೇಕೋ
ನನ್ನ ದಿನದ ಬದುಕು ಕೆಡಿಸುವನೇಕೂ
ಅಂದುಕೊಳ್ಳುವೆ ನಾನೂ ಬಾಸ್ ಆಗುವೆ
ಎಲ್ಲರ ಮೇಲೆ ನನ್ನ ಹುಕುಂ ಚಲಾಯಿಸುವೆ

ಬಾಸ್ ಎಂದೊಡನೆ ಎಲ್ಲರಿಗೆ ಹೆದರಿಕೆ
ಏನಾದರೂ ಕೇಳಿಬಿಡುವ ಎಂಬ ಅಂಜಿಕೆ
ನಮ್ಮ ಬದುಕಿನ ಸೂತ್ರ ಅವನ ಕೈಯಲ್ಲಿದೆ
ನೌಕರಿಯಿಂದ ತೆಗೆದರೆ ಹೋಗುವದೆಲ್ಲಿದೆ

ಯೋಚಿಸಿದೆ ಒಳ್ಳೆಯ ಬಾಸ್ ಆದರೆ ಹೇಗೆ
ಎಲ್ಲರ ಮೆಚ್ಚುಗೆ ಪಡೆಯುತ ಹೋದರೆ ಹೇಗೆ
ಭಯ ದೂರಮಾಡುವೆ, ಅನುಕೂಲ ಬೆಳೆಸುವೆ
ತಾವಾಗಿಯೇ ಹೆಚ್ಚು ಕೆಲಸ ಮಾಡುವಂತಾಗಿಸುವೆ

ಬಾಸ್ಗೆ ಹೆದರುವ ಜನ, ನಿಜ ಬಾಸನ ಮರೆತರು
ಜನ್ಮ ಕೊಟ್ಟ ಆ ದೇವರನೇ ಮರೆತರು
ಅವನಿಗೆ ಹೆದರದೇ ಏನೆಲ್ಲಾ ಮಾಡಿದರು
ಬಾಸ್ ಸುಮ್ಮನಿರುತಿರಲು ಸ್ವೇಚ್ಛೆಯಲಿ ಮೆರೆದರು

ಹೌದು ಆಗುವೆ ಬಾಸ್ ನನ್ನ ನಡುವಳಿಕೆಗೆ

ತರುವೆ ಬದಲಾವಣೆ ನನ್ನ ದಿನದ ಬದುಕಿಗೆ
ನನ್ನಲ್ಲಿ ಬದಲಾವಣೆ ನಾನೇ ತಂದಿರಲು
ಸಂಶಯವೇಕೆ ಸೂಪರ್ ಬಾಸ್ ದೇವನ ಪಡೆಯಲು

42. ಹಣ್ಣು ಮಾರುವ ಭಾಗ್ಯ

ಹಣ್ಣು ಮಾರುವ ಭಾಗ್ಯ

.

ಹಣ್ಣು ಮಾರುವವನಿಂದ ತೆಗೆದುಕೊಳ್ಳುವೆವು
ಹಲವಾರು ಹಣ್ಣು ತಿಂದು ಸಂತಸ ಪಡೆವುವು
ನನಗೂ ಅನಿಸಿತು ಹಣ್ಣು ಮಾರಬೇಕೆಂದು
ಹಣ್ಣು ಮಾರುತ ಜೊತೆಗೆ ಹಣ್ಣು ತಿನ್ನುವವನೆಂದು

.

ಎಲ್ಲರಿಗೂ ಬೇಕು ತಾಜಾ ಹಣ್ಣು
ಹಸಿಯಿದ್ದರಾಗದು, ಜಾಸ್ತಿ ಹಣ್ಣಾದರಾಗದು ಹಣ್ಣು
ತೂಕದಲಿ ಸ್ವಲ್ಪ ಹೆಚ್ಚಿದ್ದರೆ ಸರಿ
ಕಡಿಮೆಯಿದ್ದರೆ ಮುಖ ಮಾಡುವರು ಒಂದು ಪರಿ

.

ಸಿಹಿತನವ ಎಲ್ಲರಿಗೆ ಹಂಚಬೇಕಲ್ಲವೇ
ಸವಿಮಾತಲಿ ಎಲ್ಲರ ಮನ ಗೆಲ್ಲಬೇಕಲ್ಲವೇ
ಮಾತಲಿ ಸ್ವಲ್ಪ ಅತ್ತಿತ್ತಾದರೆ ಸರಿ ನೋಡಿ
ಮುಗಿದು ಬೀಳುವರು ನಿಮ್ಮ ತಲೆ ಮೇಲೆ ನೋಡಿ

.

ಹಣ್ಣು ಮಾರುವ ಜನರಿಗೇನು ಕಡಿಮೆಯೇ
ಸಿಹಿಮಾತಲಿ ಮಾತಾಡುವ ಜನರ ನೋಡಿಲ್ಲವೇ
ಸಿಹಿಯಿದ್ದರೂ ವಿಷ ಕಾರುವ ಜನರವರು
ಸವಿಮಾತಲಿ ನಿಮ್ಮನು ದೋಚಿ ಬಿಡುವರು

.

ಸವಿಮಾತಿನ ಹಣ್ಣು ನಾ ಮಾರುವೆ

ಸವಿಪ್ರೀತಿಯ ಹೃದಯ ಅವರಿಗೆ ತೋರುವೆ
ಬದಲಿಗೆ ಅವರಿಂದ ನಾನು ಏನೂ ಬೇಡೊಲ್ಲ
ಪ್ರೀತಿಯಲಿ ಆಲಂಗಿಸಿದರೆ ಸಾಕಲ್ಲ

43. ಕಳ್ಳನ ಮನಸ್ಸು

ಕಳ್ಳನ ಮನಸ್ಸು

.

ಕಳ್ಳನಾಗಲು ಬದುಕು ಎಷ್ಟು ಚೆನ್ನ
ನಿಮಿಷದಲೇ ಶ್ರೀಮಂತನಾಗಿಬಿಡುವದೆಷ್ಟು ಚೆನ್ನ
ಗೊತ್ತಾಗದಂತೆ ಕಳ್ಳತನ ಮಾಡುವದು
ಬಂದ ಹಣವೆಲ್ಲ ಉಡಾಯಿಸುತ ಇರುವದು

.

ಕಳ್ಳನೆಂದರೆ ಗೊತ್ತು ಹೇಗಿರುವನು
ನಯವಾಗಿ ತನ್ನ ಕೆಲಸ ಮುಗಿಸುವನು
ಇಂಥ ಕಳ್ಳರಿಗೇನು ಕಡಿಮೆಯೇ ಇಲ್ಲಿ
ಗೊತ್ತಿಲ್ಲದೆಯೇ ತಮ್ಮ ಕೆಲಸ ಮಾಡುವರು ಇಲ್ಲಿ

.

ಕಳ್ಳನೋ ಕೇವಲ ಧನವ ಕದಿಯುವ
ಸಮಾಜದ ಈ ಜನ ನಿಮ್ಮ ಬದುಕನೇ ದೋಚುವ
ನಿಮ್ಮ ಶಾಂತಿಯನು ಕದಿಯುವರು
ನಿಮ್ಮ ಹೃದಯ ಕಾಡಿ ಆಟವಾಡಿಸುವರು

.

ನಿಮ್ಮ ಎದುರಲೇ ಕದಿವ ಇವರು ಕಳ್ಳರೆ
ಕಳ್ಳರಲ್ಲ ಧರೋಡೆಕೋರರಲ್ಲವೇ
ಹಾಡುಹಗಲೇ ನಿಮ್ಮನು ಖಾಲಿ ಮಾಡುವರು
ನಿಮ್ಮ ದುಃಖ ನೋಡಿ ಅವರು ಸುಖಿಸುವರು

.

ಆಗುವೆ ನಾ ಕಳ್ಳ ಹೃದಯ ಕದಿಯುವೆ

ಪ್ರೀತಿ ಹಂಚುತ ಎಲ್ಲರ ಮನವ ಗೆಲ್ಲುವೆ
ನನ್ನ ಕಳ್ಳತನದಲಿ ಅವರೂ ಸಂತಸದಲಿ
ಹೃದಯ, ಮನ ಕದ್ದ ನಾನೂ ಆನಂದದ

44. ಆತ್ಮ ಪ್ರಕಾಶ

ಆತ್ಮ ಪ್ರಕಾಶ

.

ಸ್ವಿಚ್ಚು ಒತ್ತುತ್ತಲೇ ನಾ ಆನ್ ಆಗುವೆ
ಟ್ಯೂಬಲೈಟು ನಾ ಪ್ರಜ್ವಲಿಸುವೆ
ಕತ್ತಲೆಯ ಓಡಿಸುತ, ಬೆಳಕು ಚೆಲ್ಲುತ
ವಾತಾವರಣವೆಲ್ಲ ತಿಳಿಯಾಗಿಸುವೆ

.

ಹೌದು ನಾ ಟ್ಯೂಬಲೈಟು ಬೆಳಕು ತಂದೆ
ಮನೆಯ ತುಂಬೆಲ್ಲ ಪ್ರಕಾಶ ತಂದೆ
ನನಗೇನು ಗೊತ್ತು ನೀ ಏನು ಮಾಡುವೆ
ಬೆಳಕಲಿ ಕತ್ತಲೆಲೋಕದಲ್ಲೇ ಇರುವೆ

.

ಬೆಳಕು ಮನಕೆ ನೀ ಏಕೆ ತರಲಿಲ್ಲ
ಕತ್ತಲೆ ಲೋಕದಲೇ ಏಕೆ ಇರಬಯಸಿದೆಯಲ್ಲ
ಮನದ ಅಂಧಕಾರದಲಿ ಜೀವಿಸಿದೆ
ಕತ್ತಲೆ ಪ್ರಿಯವೆನಿಸಿ ಸುಖಿಸಿದೆ

.

ದೇವನು ಕೊಟ್ಟಿರುವ ನಿನಗೂ ಸ್ವಿಚ್ಚು
ಒತ್ತುತ್ತಲೇ ಆಗುವದು ಆತ್ಮದ ಬೆಳಕು
ಒಮ್ಮೆ ಆನ್ ಆದರೆ ಮತ್ತೆ ಚಿಂತೆಯಿಲ್ಲ
ಟ್ಯೂಬಲೈಟಂತೆ ಆರುವ ಭಯವಿಲ್ಲ

.

ಬೆಳಕಿನ ಲೋಕಕೆ ನಡೆಯುವೆ ಇಂದೇ

ಆತ್ಮೋನ್ನತಿಯ ಹೊಂದುವೆ ಇಂದೇ
ಮನವು ಬೆಳಕ ಹೊಂದಲು ಎಷ್ಟು ಸೊಗಸು
ಎಲ್ಲರೂ ಬೆಳಕಲ್ಲಿರಲು ಸೃಷ್ಟಿ ಸೊಗಸು

45. ಬದುಕಿನ ಅಂಟು

ಬದುಕಿನ ಅಂಟು

.

ಅದೆಷ್ಟು ಉಪಯೋಗಿ ವಸ್ತು ಅಂಟು
ಬಯಸಿದ್ದ ಅಂಟಿಸುವದು ಅಂಟು
ನಿಮಿಷದಲಿ ಒಂದಕ್ಕೊಂದು ಅಂಟಿಸುವದು
ವಸ್ತುಗಳಿಗೆ ಹೊಸ ರೂಪ ಕೊಡುವದು

.

ಅದೆಷ್ಟೋ ಸಲ ಬೇಡವೆಂದರೂ ಅಂಟುವವು
ಗೊತ್ತಿಲ್ಲದೆಯೇ ಬದುಕಿಗೆ ಹತ್ತಿಕೊಳ್ಳುವವು
ಬಂದ ದುಶ್ಚಟಗಳು ಇದ್ದೇ ಬಿಡುವವು
ಜೀವನಪೂರ್ತಿ ನಮ್ಮ ಸತಾಯಿಸುವವು

.

ನಾನೂ ಅಂಟಾಗುವೆ ಹತ್ತಿಕೊಳುವೆ
ಪ್ರೀತಿಯ ಬಿಗಿಯಾದ ಬೆಸುಗೆ ನೀಡುವೆ
ಜೀವನಪೂರ್ತಿ ಎಲ್ಲರೂ ಎಂದೂ ಬಿಡದಂತೆ
ಮಾಡುವೆ ಜೊತೆಜೊತೆಯಾಗಿ ಎಲ್ಲರೂ ಇರುವಂತೆ

.

ಪ್ರೀತಿಯ ಅಂಟು ಇಂದು ಬೇಕಿದೆ
ನಂಬಿಕೆಯ ಅಂಟು ಮತ್ತೂ ಬೇಕಿದೆ
ಸೌಹಾರ್ದದ ಅಂಟು ಎಲ್ಲರನು ಬೆಸೆದಾಗ
ಬಾಳಿಗೆ ಪಡೆವವು ಹೊಸತನ, ಒಂದಾಗಿರುವಾಗ

.

ಅದೇಕೋ ಈ ಅಂಟು ಬಹಳ ದುಬಾರಿ ಇಂದು

ನಗಲೂ ದುಡ್ಡು ಕೇಳುವರು ಜನರಿಂದು
ಪ್ರೀತಿ ನಂಬಿಕೆಯ ಅಂಟು ಇಲ್ಲಿ ಎಲ್ಲೂ ಇಲ್ಲ
ಹೃದಯ ಮನವೆಲ್ಲ ಖಾಲಿ ಆಗಿದೆಯಲ್ಲ

46. ಗುರು ಶಿಷ್ಯ

ಗುರು ಶಿಷ್ಯ

.

ನಾನೊಬ್ಬ ಟೀಚರ್ ಆಗುವ ಬಯಕೆ
ಎಲ್ಲರಿಗೆ ಕಲಿಸುವ ಬಯಕೆ
ಕಲಿಯುವ ತವಕವಿರುವ ಹುಡುಗರ ಹಿಡಿಯುವೆ
ಅವರನು ವಿದ್ಯಾವಂತರನ್ನಾಗಿ ಮಾಡುವೆ

.

ಕಲಿಯಬೇಕಿರುವದು ತುಂಬಾ ಇದೆ
ಕಲಿತದ್ದು ತುಂಬಾ ಕಡಿಮೆ ಇದೆ
ಕಲಿಯಲು ಗುರು ಎನಗೆ ಸೃಷ್ಟಿಯಲ್ಲೇ ಇರುವ
ಪ್ರತಿದಿನ ಅನೇಕ ರೂಪದಲ್ಲಿ ಕಾಣಸಿಗುವ

.

ಕಲಿಯುವ ಇಚ್ಛೆ ಯಾರಿಗಿದೆ ಇಲ್ಲಿ
ಮತ್ತೊಬ್ಬರಿಗೆ ತಿಳಿ ಹೇಳುವ ಜನರೇ ಇಲ್ಲಿ
ಹೌದು ಇಲ್ಲೆಲ್ಲ ದೊಡ್ಡ ಪಂಡಿತರೇ ಇರುವರು
ಹೊಸದನು ಕಲಿಯುವ ಇಚ್ಛೆ ಇಲ್ಲದವರು

.

ಅರಿವೆ ಗುರು ಎಂದು ಹೇಳುವರೆಲ್ಲ
ಅರಿಯುವ ಇಚ್ಛೆ ಇಲ್ಲಿ ಯಾರಿಗೂ ಇಲ್ಲ
ಕತ್ತಲೆಯಲಿ ಕುಳಿತ ಮೂಢನಿಗೇನು ಗೊತ್ತು
ಬೆಳಕಿಗೆ ಬರಲು ಸಿಗುವ ಸಂಪತ್ತು

.

ಗುರುವಾಗುವಿನಿಂದೆ, ಅರಿಯುವೆ ಎಲ್ಲ

ತಿಳಿಯುವೆ ನನ್ನ ಮನ ಮತ್ತು ಹೃದಯವ
ಅರಿತು ತಿಳಿಸುವೆ ನನ್ನ ಮನದ ಅಂತರಾಳಕೆ
ಬಾಳು ಹೇಗೆ ಬಾಳುವದು ಕೊನೆಯವರೆಗೆ

47. ಗಿಡವೆಷ್ಟು ಉಪಯೋಗಿ

ಗಿಡವೆಷ್ಟು ಉಪಯೋಗಿ

ನಾ ಗಿಡವಾಗುವೆನಿಂದೆ, ಆಶ್ರಯಕೊಡುವೆ
ಬಂದು ಹೋಗುವ ಜನರಿಗೆ ನೆರಳು ನೀಡುವೆ
ಬೇಕೆಂದಾಗ್ಗ ಫಲವನು ಕೊಟ್ಟು
ಎಲ್ಲರ ಮುಖದಲಿ ಸಂತಸವ ಮೂಡಿಸಿಬಿಟ್ಟು

ಸೃಷ್ಟಿಯೇ ನನ್ನ ಗಿಡ ಮಾಡಿತು
ಸಸಿಯಿರುವಾಗ ಅದುವೇ ಪೋಷಿಸಿತು
ನೀರು ಗಾಳಿ ಬಿಸಿಲು ಕೊಟ್ಟಿತು
ಅದ್ಭುತ ಗಿಡವಾಗಿ ನನ್ನ ಬೆಳೆಸಿತು

ಸಮಾಜದಲೂ ಅದೆಷ್ಟೋ ಗಿಡದಂತ ಜನರುಂಟು
ಎಲ್ಲ ರೀತಿಯಲಿ ಸಮರ್ಥರಿರುವವದುಂಟು
ಆದರೂ ಕೆಲವರೇ ಎಲ್ಲರಿಗೆ ಪ್ರಿಯರು
ಬಾಕಿ ಜನ ಕೇವಲ ಜನರ ಹಿಂಸಿಸಿಹರು

ತನ್ನ ಸಂಪತ್ತು ಹಂಚುವ ಮನವೆಲ್ಲಿದೆ
ಫಲ ಹಂಚುವದು ಗಿಡ ಏನೂ ಕೇಳದೆ
ಆಶ್ರಯ ಕೊಡುವ ಸಂತ ಮಹಾತ್ಮರೂ ಎಲ್ಲಿ
ನೆರಳು ಕೊಡುವ ಕೇವಲ ಗಿಡಗಳೇ ಇಲ್ಲಿ

ಆಗುವೆ ಅದ್ಭುತ ಗಿಡವಾಗಿ ಸಮಾಜದಲ್ಲಿ

ಅಳುವ ಕಂಗಳಿಗೆ ತರುವೆ ಸಮಾಧಾನವಿಲ್ಲಿ
ಗಿಡ ಮುಂದೊಂದು ದಿನ ಬಿದ್ದೆ ಬೀಳುವದು
ಅದರ ಸೇವೆ ಕೊನೆತನಕ ಉಳಿವುದು

ಅಳುವ ಕಂಗಳಿಗೆ ತರುವೆ ಸಮಾಧಾನವಿಲ್ಲಿ
ಗಿಡ ಮುಂದೊಂದು ದಿನ ಬಿದ್ದೆ ಬೀಳುವದು
ಅದರ ಸೇವೆ ಕೊನೆತನಕ ಉಳಿವುದು

48. ಮೊಬೈಲ್ ಜಗತ್ತು

ಮೊಬೈಲ್ ಜಗತ್ತು

.

ಎಲ್ಲರ ಕೈಯಲೂ ಇಂದು ಮೊಬೈಲು
ಬೇಕಿದೆ ಬಿಡದೆ ಮನರಂಜನೆಯ ರೈಲು
ಚುಕುಬುಕು ನಡೆಯುತ ಇರಬೇಕು ರೈಲು
ದಿನಪೂರ್ತಿ ವಿಹರಿಸಬೇಕು ಸಮಾಜದೊಳು

.

ನಾ ಮೊಬೈಲ್ ಆದರೆ ಎಷ್ಟು ಚೆನ್ನ
ಎಲ್ಲರೂ ಪ್ರೀತಿಯಲಿ ನೋಡುವರೆನ್ನ
ಕಿಸೆಯಿಂದ ಹೊರತೆಗೆದು ಕೈಯಲ್ಲಿ ಹಿಡಿದರು
ನನ್ನ ನೋಡುತ ಜಗವನು ಮರೆತೇ ಬಿಡುವರು

.

ನನಗೊಂದು ದುಃಖ ಏಕೆ ಹೀಗೆಂದು
ಮೂರೂ ಹೊತ್ತು ಮೊಬೈಲು ಏಕೆಂದು
ತಮ್ಮೆಲ್ಲ ಕೆಲಸ ಮಾಡುತಿರಬೇಕು
ಸ್ವಲ್ಪ ಹೊತ್ತು ಮಾತ್ರ ಮೊಬೈಲು ಹಿಡಿಯಬೇಕು

.

ಒಬ್ಬರಿಗೆ ವಾಟ್ಸಪ್, ಮತ್ತೊಬ್ಬರಿಗೆ ಫೇಸ್ಬುಕ್
ಮತ್ತೆಷ್ಟೋ ಜನ ನೋಡುವರು ಇಂಸ್ಟಾಗ್ರಾಮ್
ಸಮಾಜದಲಿ ಇರಬಯಸುವರು ಮೊಬೈಲ್ ಮೂಲಕವೇ
ದೂರ ಇರುವರು ನಿಜ ಸಮಾಜದಿಂದ ಪೂರ್ತಿ ಬದುಕೇ

.

ನಿಜ ಲೋಕದತ್ತ ಎಂದು ನೋಡುವೆವೋ

ಸೃಷ್ಟಿಯ ನಿಜತನ ಎಂದು ಅರಿಯುವೆವೋ
ಗೊತ್ತಿಲ್ಲದೆ ಎಲ್ಲರೂ ಹೋಗಿದ್ದರೆ ಮೊಬೈಲ್ ಒಳಗೆ
ನಿಜಕೂ ಆಗುವರು ಎಲ್ಲರೂ ಸಮಾಜದಿಂದ ಹೊರಗೆ

49. ಒಂದು ಎಮ್ಮೆಯ ಕಥೆ

ಒಂದು ಎಮ್ಮೆಯ ಕಥೆ

.

ಎಲ್ಲರಿಗೆ ಬೇಕು ದಿನವೂ ಹಾಲು
ಕಾಫಿ ಚಹಕ್ಕೂ, ಬೆಣ್ಣೆ ಮೊಸರಿಗೂ ಹಾಲು
ಆದರೂ ಹಸುಗಳ ಮರೆತರು ಎಲ್ಲ
ಎಮ್ಮೆ ಆಕಳು ಬಡಪಾಯಿಗಳನೆಲ್ಲ

.

ಒಮ್ಮೆ ಎಮ್ಮೆಯಾಗಿ ನಾನು ನೋಡುವೆ
ಅವುಗಳ ಕಷ್ಟಗಳ ತಿಳಿಯಲೆತ್ನಿಸುವೆ
ಪಾಪ ಪೂರ್ತಿದಿನ ಅವುಗಳಿಗೆ ಒಂದೇ ಕೆಲಸ
ಹುಲ್ಲು ತಿಂದು ಹಾಲು ಕೊಡುವವು ದಿವಸ

.

ಯಜಮಾನ ದಿನವೂ ಹೊರಗೆ ಒಯ್ಯುವ
ಎಲ್ಲ ಎಮ್ಮೆಗಳ ಜೊತೆ ನನ್ನನೂ ಒಯ್ಯುವ
ನೂರೆಂಟು ಸಲ ಬಾರಕೋಲಲಿ ಬಡಿಯುವ
ಹಾಲು ಕಡಿಮೆ ಕೊಟ್ಟರೆ ಜೀವವನೆ ಹಿಂಡುವ

.

ಕೃತಜ್ಞತೆಯಂತೂ ಇಲ್ಲವೇ ಇಲ್ಲ
ವಯಸ್ಸಾದರೆ ಮುಗಿಯಿತು ಎಲ್ಲ
ನಡುಬೀದಿಯಲಿ ಹಾಗೆ ಬಿಡುವರು
ಹುಲ್ಲು ಕಾಣದೆ ಸಾಯಿಸಿ ಬಿಡುವರು

.

ಅದೆಷ್ಟು ಪಾಪಿಗಳು ಹೀಗೆಯೇ ಇರುವರು

ಹಾಲುಣಿಸಿದ ತಾಯಿಗೆ ದ್ರೋಹ ಬಗೆದರು
ಪ್ರೀತಿಯಲಿ ಬೆಳೆಸಿದ ತಾಯಿಯ ನೋಯಿಸಿ
ಪ್ರತಿದಿನ ಏನೇನೋ ಅಂದು ಅವಳ ಚುಚ್ಚಿ ಸಾಯಿಸಿ

೫೦. ಮನವರಿಕೆ

ಮನವರಿಕೆ

.

ಮನವನರಿಯುವ ಶಕ್ತಿ ಬೇಕೆನಗೆ
ಮತ್ತೊಬ್ಬರ ತಿಳಿಯಬೇಕೆನಿಸಿದೆ ನನಗೆ
ಅವರನು ತಿಳಿಯುವೆ ಅವರಂತೆ ನಡೆಯುವೆ
ಎಲ್ಲರ ಪ್ರೀತಿಯ ಕ್ಷಣದಲಿ ಗಳಿಸುವೆ

.

ಒಬ್ಬನೋ ಮನದಲಿ ಬಯ್ಯುತಿರುವ
ಆದರೂ ನನ್ನನು ಹೊಗಳುತಿರುವ
ಏಕೀ ನಾಟಕವೆಂದು ಕೇಳಿದರೆ ಆಯಿತು
ನನ್ನನು ಹುಚ್ಚ ಎಂದು ಕೇಳುವದೇ ಆಯಿತು

.

ಇನ್ನೊಬ್ಬ ಅದೆಷ್ಟು ಪ್ರೀತಿ ತೋರಿದ
ಅದೇನೋ ಕಾರಣಕೆ ಒಳಗೆ ದ್ವೇಷಿಸುತಿದ್ದ
ಏಕೆ ಈ ರೀತಿ ಎಂದು ಕೇಳಿದರೆ ಆಯಿತು
ನೂರೆಂಟು ಕಾರಣ ಅವನು ಹೇಳುವದೇ ಆಯಿತು

.

ಮನವರಿಯುತಲೆ ಏನೋ ಅಂದುಕೊಂಡಿದ್ದೆ
ಎಲ್ಲರ ಮನವರಿತರೆ ಸುಖವೆಂದಿದ್ದೆ
ಈಗ ಅನಿಸುತಿದೆ ಅರಿಯದಿರುವದೇ ಒಳಿತು
ಮನದ ಮುಖವಾಡವ ನಂಬಿದರೆ ಆಯಿತು

.

ಮನಗಳ ಅರಿಯಲು ಹೋಗಬೇಡ ಎಂದೂ

ಜನರ ನಗ್ನ ಮಾಡಿ ನಿಲ್ಲಿಸಬೇಡ ಎಂದು
ಅವರ ಪಾಪಕ್ಕೆ ಅವರು ಹೊಣೆ ಎನ್ನುತಿರು
ಅವರ ಮುಖವಾಡವನೆ ನಿಜ ಎಂದು ಇರುತಿರು

51. ತಂಪು ಕೊಡುವ ಫ್ಯಾನು

ತಂಪು ಕೊಡುವ ಫ್ಯಾನು

ಸೆಕೆಯಾದ ಒಡನೆ ಹಚ್ಚುವರೆಲ್ಲ ಫ್ಯಾನು
ತಂಪು ಬೇಕೆಂದಕೂಡಲೆ ಬೇಕು ಫ್ಯಾನು
ಆಗುವೆ ನಾನೂ ತಿರುಗುತ್ತಿರುವ ಫ್ಯಾನು
ನೀಡುವೆ ಎಲ್ಲರ ತನುವಿಗೆ ತಂಪನು

ಮತ್ತೊಬ್ಬರಿಗೆ ಪ್ರೀತಿ ತೋರುವರು ಕೆಲವರು
ಅದೆಷ್ಟೋ ಜನ ಅವರಿಗೆ ತಂಪು ನೀಡುವರು
ಎಂಥ ಒಳ್ಳೆಯ ಜನರು ಅವರುಗಳು
ಮಾತೊಬ್ಬರಿಗೆ ಒಳ್ಳೆಯದು ಬಯಸುವವರು

ಎರಡು ಪ್ರೀತಿಯ ಮಾತಲಿ ಎಷ್ಟು ಸುಖ
ಎರಡು ನಂಬಿಕೆ ತೋರುವ ವಿಚಾರ ಎಷ್ಟು ಸಂತಸ
ತಂಪು ಕೊಡುವ ಜೀವನ ನಾವು ಬಾಳಬೇಕು
ಮತ್ತೊಬ್ಬರ ಬದುಕ ಸುಖವಾಗಿಸಬೇಕು

ಕೆಲವರ ತಲೆತುಂಬ ಬಿಸಿಯೋ ಬಿಸಿ
ಮಾತಾಡಿದರೆ ಸಾಕು ಮಾಡುವರು ತಲೆ ಬಿಸಿ
ಅಂಥವರಿಂದ ದೂರ ಇರಬೇಕು
ಇಲ್ಲವಾದರೆ ಪೂರ್ತಿ ದಿನ ಕೆಡಲೇಬೇಕು

ಆಗೋಣ ಎಲ್ಲರೂ ತಂಪು ಕೊಡುವ ಫ್ಯಾನು

ನೀಡೋಣ ಹೃದಯಕೆ ತಂಪು , ಪ್ರೀತಿಯನು
ಕೂಡಿ ಬಾಳೋಣ ಹತ್ತಿರವಾಗೋಣ
ತಂಪು ಹವೆಯಲ್ಲಿ ಸುಖವಾಗಿರೋಣ

52. ಪ್ರೀತಿಯ ಪಿಸ್ತೂಲು

ಪ್ರೀತಿಯ ಪಿಸ್ತೂಲು

.

ಗಾಳಿಯಲಿ ಗುಂಡು ಹಾರಿಸುವ ಜನರುಂಟು
ಮತ್ತೊಬ್ಬರಿಗೆ ಪೌರುಷವ ತೋರಿಸುವದುಂಟು
ಪಿಸ್ತೂಲು ಕೈಯಲ್ಲಿದ್ದರೆ ಅದೇನೋ ಧೈರ್ಯವು
ಎಲ್ಲರೂ ನನ್ನ ಮುಷ್ಟಿಯಲಿ ಅನ್ನುವ ಭಲವು

.

ನಾನೂ ಪಿಸ್ತೂಲು ಆಗಬೇಕು ಇಂದೇ
ಎಲ್ಲರ ಕೈಯಲಿ ಮೆರೆಯಬೇಕು ಇಂದೇ
ನನ್ನನು ನೋಡುತಲೆ ಜನ ಅಂಜಿ ಜಿಗಿಯುತಿರೆ
ಅದೆಷ್ಟು ಚೆನ್ನ ಎಲ್ಲರೂ ನನಗೆ ಹೆದರುತಿರೆ

.

ಅದೆಷ್ಟು ಜನ ಮಾತಲೆ ಗುಂಡು ಹಾರಿಸುವರು
ಕೆಟ್ಟ ಮಾತಾಡಿ ಎದೆ ಚುಚ್ಚಿ ಸಾಯಿಸುವರು
ಗುಂಡು ಒಮ್ಮೊಮ್ಮೆ ಗುರಿ ತಪ್ಪಬಹುದು
ಇವರ ಮಾತೋ ನಿಜ ಸಾಯಿಸಿಯೇ ಬಿಡುವದು

.

ಇಂತಹ ಮಾತಿನ ಪಿಸ್ತೂಲ್ ಜನ ಕಡಿಮೆಯಿಲ್ಲ
ಹೋದಲ್ಲೆಲ್ಲ ಜನರ ಗೋಳಿಡುವರೆಲ್ಲ
ಏಕೆ ಮತ್ತೊಬ್ಬರನು ಹೀಗೆ ಗೋಳಿಕ್ಕಿಕೊಳ್ಳುವದೋ
ಕೆಟ್ಟ ಮಾತಾಡಿ ಮನಸು ಹಾಳು ಮಾಡುವದೋ

.

ಪಿಸ್ತೂಲು ಇರುವದು ರಕ್ಷಣೆಗೆ, ಕೊಲ್ಲಲಲ್ಲ

ಬಾಯಿ ಇರುವದು ಪ್ರೀತಿ ಗಳಿಸಲು ಸತಾಯಿಸಲಲ್ಲ
ಇಂದೇ ಎಲ್ಲರೂ ಪ್ರೀತಿಯ ಪಿಸ್ತೂಲು ಕೊಳ್ಳೋಣ
ಒಬ್ಬರಿಗೊಬ್ಬರು ಪ್ರೀತಿಯ ಗುಂಡು ಹಾರಿಸಿ ಕೂಡಿ ಬಾಳೋಣ

53. ಕಾಡಿನ ರಾಜರಾಗೋಣ

ಕಾಡಿನ ರಾಜರಾಗೋಣ

.

ಕಾಡಿನ ರಾಜ ಸಿಂಹನಲ್ಲವೆ
ಮೃಗಗಳೆಲ್ಲ ಅದಕೆ ಹೆದರುವವಲ್ಲವೇ
ರಾಜನಾಗಿ ಸಿಂಹ ಮಾಡಿದ್ದೇನು
ಮೃಗಗಳ ಕೊಂದು ತಿನ್ನದೇ ಬಿಟ್ಟೀತೇನು

.

ಅಂಥ ರಾಜ ನಾನೇಕಾಗಬಾರದು
ನನ್ನ ಪರಾಕ್ರಮಕೆ ಎಲ್ಲರು ಏಕೆ ಅಂಜಬಾರದು
ಹೆದರಿ ಬದುಕು ಕಳೆದದ್ದು ಸಾಕು
ಕೆಲ ದಿನ ಎಲ್ಲರ ಹೆದರಿಸುತ ಇರಬೇಕು

.

ಮತ್ತೊಬ್ಬರ ಹೆದರಿಸಿ ಇಂಥ ಜನ ಬಾಳುವರು
ಎಲ್ಲರನು ಒತ್ತಿ ಮೇಲೆ ನಿಲ್ಲುವರು
ಹೆದರಿದ ಜನವೋ ಕಾಡಿನ ಪ್ರಾಣಿಗಳಂತೆಯೇ
ಸಿಂಹಕೆ ಹೆದರುವ ಅನ್ಯಮೃಗಗಳಂತೆಯೇ

.

ರಾಜನಿಗೆ ಶೋಭೆಯು ಒಳ್ಳೆಯ ಗುಣಗಳು
ಮತ್ತೊಬ್ಬರ ಆದರಿಸಿ ಸಹಾಯ ಮಾಡುವದು
ಆಳಂತೆ ಇದ್ದು ಅರಸನಾಗುವ ವೈಖರಿ ಬೇಕು
ಮನ ಗೆದ್ದು ಊರಿನ ನಾಯಕನಾಗಬೇಕು

.

ಹೌದು ಸಮಾಜದ ಸಿಂಹಗಳಾಗೋಣ

ಸದಾ ಸಮಾಜವ ರಕ್ಷಿಸೋಣ
ಬರುವ ನೂರೆಂಟು ಆಪತ್ತು ನಿವಾರಿಸಿ ಬಿಟ್ಟು
ಮೆಚ್ಚಿಗೆ ಪಡೆಯೋಣ ಜನಸೇವೆಯ ಲಕ್ಷವಿಟ್ಟು

54. ಆಟಿಗೆ ವಸ್ತು

ಆಟಿಗೆ ವಸ್ತು

.

ಆಟಿಗೆ ಸಾಮಾನು ಎಲ್ಲರಿಗೆ ಇಷ್ಟವು
ಚಿಕ್ಕಮಕ್ಕಳು ಪೂರ್ತಿ ದಿನ ಆಡುವವು
ಆಗುವೆ ನಾನು ಆಟಿಗೆ ಸಾಮಾನು
ಆಡಿಸುವೆ ಮಕ್ಕಳ, ನೀಡುವೆ ಸಂತಸವನು

.

ಮತ್ತೊಬ್ಬರಿಗೆ ಸಂತಸ ಕೊಡುತಿರೆ ಎಷ್ಟು ಚೆನ್ನ
ಅವರ ನಗೆಯ ಹೊನಲು ಕಾಣಲು ಎಷ್ಟು ಚೆನ್ನ
ಅವರ ಮೆಚ್ಚಿಸಲೋ ಪ್ರೀತಿ ಉಳಿಸಲೋ ಇರಬೇಕು
ಆಡಿಸುತ ನಮ್ಮನು ನಾವೇ ಮರೆಯಬೇಕು

.

ಕೆಲ ಜನರೋ, ವಿಚಿತ್ರವೋ ವಿಚಿತ್ರವು
ಆಟ ಆಡಿ ಆಟಿಕೆಗಳ ಬಿಸಾಕುವರು
ಮನೋರಂಜನೆ ಬೇಕಾದಾಗ ಉಪಯೋಗಿಸುವರು
ಬೇಡವಾಗುತ್ತಲೇ ಅಲಕ್ಷ್ಯ ಮಾಡುವರು

.

ಮತ್ತೊಬ್ಬರ ಆಟಿಗೆ ವಸ್ತುವಾಗಬೇಡಿ
ಅವರು ಆಡಿಸಿದಂತೆ ನೀವು ಕುಣಿಯಬೇಡಿ
ಅವರಿಗೆ ಸಂತಸ ಕೊಡಲು ನೀವು ಆಡುವಿರಿ
ನಾಳೆ ಎತ್ತಿ ಬಿಸಾಕಲು ನೀವೇ ದುಃಖ ಪಡುವಿರಿ

.

ನಾನು ಆಟಿಗೆ ಸಾಮಾನು ಆಗುವೆ

ಮತ್ತೊಬ್ಬರಂತೆ ಕುಣಿಯುವೆ ನನ್ನ ಸಂತಸಕೆ
ಎತ್ತಿ ಬಿಸಾಕಲು ಅವರು ಯತ್ನಿಸಿದರೆ ಬಿಡೆನು
ಅವರ ಕೈಯಿಂದ ಅಂಥ ಶಕ್ತಿ ಕಸಿದುಕೊಳ್ಳುವೆನು

55. ಜೀವನವೆಂಬ ಜೋಕಾಲಿ

ಜೀವನವೆಂಬ ಜೋಕಾಲಿ

ನಾಗಪಂಚಮಿ ಬರುತಿರೆ ಜೋಕಾಲಿ ನೋಡು
ಎಲ್ಲರೂ ಜೋಕಾಲಿಯ ತೂಗುವದು ನೋಡು
ಅದೆಷ್ಟು ಹಬ್ಬ ತೂಗುತ ಹಬ್ಬ ಮಾಡಲು
ಜೊತೆಜೊತೆಯಲಿ ತೂಗುತ ಮಜಾ ಮಾಡಲು

ಆಗುವೆ ನಾನೂ ಜೋಕಾಲಿಯು ಇಂದೇ
ಜನರ ನಲಿಸುವೆ ತೂಗುತ ಇಂದೇ
ಅವರು ತೂಗುತ ಆಡಿನಲಿಯುತಿರೆ ಚಂದ
ಅವರ ಸಂತಸ ನೋಡಿ ನನ್ನ ಮನಕಾನಂದ

ಬದುಕೂ ಒಂದು ಜೋಕಾಲಿಯಂತೆ
ಒಮ್ಮೆ ಇತ್ತ ತೂಗಿಸುವದು, ಒಮ್ಮೆ ಅತ್ತ
ಸುಖಗಳ ಕಡೆಯಿಂದ ದುಃಖಿದತ್ತ
ಬಿಡದೆ ಆಡಿಸುವದು ಜೋಕಾಲಿ ಆಟ

ಜೀವನ ಜೋಕಾಲಿಯಲಿ ಜೊತೆಯೊಬ್ಬರು ಬೇಕು
ನೋವು ನಲಿವಿನಲಿ ನಮ್ಮ ಜೊತೆ ತೂಗಬೇಕು
ನೋವಿನಲಿ ಸಮಾಧಾನವ ಒಬ್ಬರಿಗೊಬ್ಬರು ನೀಡೋಣ
ನಲಿವಿನಲಿ ಸಂತಸವ ಹಂಚಿಕೊಳ್ಳೋಣ

ಜೀವನ ಜೋಕಾಲಿ ತೂಗುತಿರೆ ಚೆನ್ನವು

ನಿಂತರೆ ನೋಡು ಮುಗಿದಂತೆಯೇ ಎಲ್ಲವು
ಇರುವಷ್ಟು ದಿನ ತೂಗೋಣ, ಸಾಗೋಣ
ಕಷ್ಟ ಸುಖಿಗಳ ತೂಗುಯ್ಯಾಲೆಯ ಆಡೋಣ

56. ಕುರ್ಸಿಯ ಮಹಿಮೆ

ಕುರ್ಸಿಯ ಮಹಿಮೆ

.

ಕುರ್ಸಿ ಎಂದರೆ ಸಾಕು ಆರಾಮ ಬೇಕು
ಅದರ ಮೇಲೆ ಕುಳಿತು ವಿಶ್ರಮಿಸಬೇಕು
ಆಗುವೆ ನಾನೂ ಕುರ್ಸಿ, ಕೊಡುವೆ ಆರಾಮವ
ಎಲ್ಲರ ಬದುಕಿಗೆ ನೀಡುವೆ ಸುಖದ ಕ್ಷಣವ

.

ಯಾರ ಮನೆಗೇ ಹೋಗಲಿ ಕುರ್ಸಿ ಕೊಡುವರು
ನಂತರ ಚಹಾ ಕಾಫೀ ಕೇಳುವರು
ನಿಂತು ಯಾರಾದರೂ ಟೀವಿ ನೋಡಿದ್ದುಂಟೆ
ನಿಂತು ಬ್ಯಾಂಕಿನ ನೌಕರ ಕೆಲಸ ಮಾಡಿದ್ದುಂಟೆ

.

ನೀನು ಸಲುಗೆ ಕೊಟ್ಟರೆ ಮುಗಿಯಿತು
ಕೆಲವರು ನಿಮ್ಮ ಮೇಲೆಯೇ ಕೂತುಬಿಡುವರು
ತಮ್ಮ ಭಾರವನೆಲ್ಲ ನಿಮ್ಮ ಮೇಲೆ ಹಾಕುವರು
ಜೀವನ ಪೂರ್ಣ ಮಜಾ ಮಾಡುವರು

.

ಏನೇ ಆಗಲಿ ಮತ್ತೊಬ್ಬರಿಗೆ ಸಹಾಯ ಮಾಡುವೆ
ಅವರ ಭಾರವನೂ ಆಗಾಗ ಹೊರುವೆ
ಅಶಕ್ತನಾದವನಿಗೆ ಮಾತ್ರ ಕುರ್ಸಿ ಕೊಡುವೆ
ಶಕ್ತನಾದವನಿಗೆ ಮತ್ತೊಬ್ಬರ ಭಾರ ಹೊರಲು ಹೇಳುವೆ

.

ಕುರ್ಸಿ ಉಪಯೋಗಿಸುವ ಜಾಣ್ಮೆ ಕೆಲ ರಾಜಕಾರಣಿಗಳದು

ಜನರ ಮೇಲೆ ಭಾರ ಹಾಕಿ ಮಜಾ ಮಾಡುವದು
ಅಂಥ ಜನರಿಂದ ಸಮಾಜವಿರಬೇಕು ದೂರ
ಇಲ್ಲವಾದರೆ ನಿಮ್ಮ ಸುಖ ಶಾಂತಿಯೆಲ್ಲ ದೂರ

57. ಕಾರ್ಮಿಕ ಜಗತ್ತು

ಕಾರ್ಮಿಕ ಜಗತ್ತು

ದೊಡ್ಡ ಕಂಪನಿಗಳಿಗೆ ಆಧಾರನು ಯಾರು
ಕಾರ್ಮಿಕನ ಆಧಾರದಿ ಬೆಳೆದಿಹರು ಅವರು
ಆದರೂ ಕಾರ್ಮಿಕ ಪ್ರಗತಿ ಹೊಂದಲಿಲ್ಲ
ಬಂದಷ್ಟರಲ್ಲಿಯೇ ಸಂತಸ ಹೊಂದುವನಲ್ಲ

ಹೌದು ನಾ ಕಾರ್ಮಿಕನಾಗಬೇಕು ಇಂದು
ಪೂರ್ತಿದಿನ ದುಡಿಯಬೇಕು ನಾನಿಂದು
ಹಸಿವೆಯ ರುಚಿಯೂಟ, ಶ್ರಮದ ಪೂರ್ಣ ನಿದ್ರೆಯನು
ಸವಿಯುವೆನು ಇಂದು ನೋಡು ನಾ ಬದುಕನು

ಬಡತನದ ರುಚಿಯೂ ನೋಡಬೇಕು
ಒಂದೆರಡು ಬಟ್ಟೆಯಲಿ ಪೂರ್ತಿ ಬದುಕಿರಬೇಕು
ಆಗ ತಿಳಿಯುವೆ ಬದುಕಿನ ಸರಿ ದಾರಿಯ
ಆಗ ಅರಿಯುವೆ ನಾ ಸಿರಿತನದ ಸರಿ ಉಪಯೋಗವ

ಕಪಾಟಿನ ತುಂಬಾ ಬಟ್ಟೆಯಿರಲು ಬಾಸಗೆ ಏನು
ಹೇಗೆ ಅರಿಯುವನು ಕಾರ್ಮಿಕನ ಗೋಳನು
ತಿಂದು ಕುಡಿಯುವ ಬಾಸ್ಗೆ ಎಲ್ಲಿ ಗೊತ್ತಿಹುದು
ಅರೆಹೊಟ್ಟೆ ಉಣ್ಣುವದೇ ಬಡವನ ಬಾಳಿಹುದು

ಹೌದು ಆಗುವೆ ನಾ ಕಾರ್ಮಿಕ ಮತ್ತು ಬಾಸ್ನಾಗಿಯೂ

ಅವರಂತೆ ದುಡಿವೆ ಪೂರ್ತಿ ದಿನವೂ
ಅವರಷ್ಟೇ ಬದುಕಿನ ಸುಖ ಸೌಕರ್ಯ ಪಡೆವೆ
ಬಾಕಿ ದುಡ್ಡು ಅವರ ಏಳಿಗೆಗೆ ಉಪಯೋಗಿಸುವೆ

58. ಪರಿಮಳ ಸೂಸುವ ಬದುಕು

ಪರಿಮಳ ಸೂಸುವ ಬದುಕು

.

ಮಲ್ಲಿಗೆಯ ಪರಿಮಳ ಎಲ್ಲರಿಗೆ ಇಷ್ಟವು
ಅರಳಿದ ಹೂವು ನೋಡಲು ಮನಕೆ ಎಷ್ಟು ನಲಿವು
ಸೃಷ್ಟಿಯ ಅದ್ಭುತ ಅದೆಷ್ಟು ಹೊಗಳುವದು
ಮಲ್ಲಿಗೆಯ ಮೊಗ್ಗಿನಲಿ ಎಲ್ಲ ವೈಚಿತ್ರವು

.

ನಾ ಆಗಬೇಕು ಮಲ್ಲಿಗೆಯ ಹೂವು
ಬೀರಬೇಕು ಎಲ್ಲೆಡೆ ಪರಿಮಳವು
ಬದುಕಲಿ ಎಂದೂ ನಾ ಅರಳಲಿಲ್ಲ
ಮಲ್ಲಿಗೆಯಂತೆ ಎಲ್ಲರ ಆಕರ್ಷಿಸಲಿಲ್ಲ

.

ಅದೆಷ್ಟು ತ್ಯಾಗದ ಬದುಕು ಮಲ್ಲಿಗೆಯದು
ಸ್ವಂತಕೆ ಏನು ಅದು ಪಡೆದಿಹುದು
ನಿಸ್ವಾರ್ಥದಿ ಹುಡುಗಿಯ ತಲೆ ಏರುವದು
ಭಕ್ತರ ಕೈಲಿ ದೇವರ ಪಾದ ಸೇರುವದು

.

ಅರಳಬೇಕು ಬದುಕು ಮಲ್ಲಿಗೆಯಂತೆಯೇ
ಕಂಪನು ಹರಡಬೇಕು ಸುತ್ತಲ ಜಗತ್ತಿಗೆ
ಸ್ವಾರ್ಥದಿ ಬದುಕದೆ ಎಲ್ಲರ ಸೇವೆಗಿರಲು
ಎಷ್ಟು ಅದ್ಭುತ ಬದುಕು ಸಾರ್ಥಕವಾಗಿರಲು

.

ಮಲ್ಲಿಗೆಯ ಮೊಗ್ಗು ಕೂಡ ಸುಂದರವು

ಸೇವಾಭಾವ ಆಗಲೇ ಮೂಡಿಸಿಕೊಂಡಿಹವು
ನಮ್ಮಲ್ಲೋ ನಿಸ್ವಾರ್ಥತೆ ಮೊದಲಿನಿಂದಿರಬೇಕು
ಅರಳುತರುಳತ ಜೀವನದಿ ಸೇವೆಗೈಯ್ಯಬೇಕು

59. ಬದುಕಿಗೆ ಹುಳಿ

ಬದುಕಿಗೆ ಹುಳಿ

.

ಸಾರಿಗೆ ರುಚಿ ಯಾವಾಗ ಬರುವದು
ಹುಣಸೆಯ ಹುಳಿ ಹಿಂಡುತ್ತಲೇ ಸಿಗುವದು
ಬದುಕಲೂ ಹಾಗೆಯೇ ಸುಖ ದುಃಖಗಳು
ಬದುಕಿಗೆ ಅರ್ಥ ತರಲು ನಡುವೆ ಕಷ್ಟಗಳು

.

ಆಗಬೇಕು ಹುಣಸೆಯ ಹಣ್ಣು ನಾನು
ಅರಿಯಬೇಕು ತೊಂದರೆ ಕೊಡುವವರನು
ಹೇಗೆ ಹುಳಿ ಹಿಂಡುವರು ಎಲ್ಲರ ಬದುಕಿಗೆ
ಹೇಗೆ ಕುಹಕ ನಗೆ ನಗುವರು ಅವರ ನೋವಿಗೆ

.

ನನ್ನಲಿ ಹುಳಿ ಹಿಂಡುವ ಗುಣ ಇದೆಯೇ
ಇದ್ದರೂ ಅದ ಯೋಚಿಸಿ ಹೇಸಿಗೆಯಾಗದೆ
ಅದೇ ತಿಳಿಯುತ್ತಿಲ್ಲ ಎಲ್ಲರಲಿ ಈ ಗುಣವೇಕೆ
ಸಿಹಿ ಹಿಂಡುವ ಬುದ್ಧಿ ಇಲ್ಲವೇಕೆ

.

ಇಂಥವರಿಂದಲೇ ವ್ಯಕ್ತಿತ್ವ ವಿಕಸಿತವಾಗುವದು
ಮನುಜ ಬದುಕಿನ ನಿಜಪರಿಯ ಅರಿವಾಗುವದು
ನೋವು ನಲಿವುಗಳಲಿ ಈ ಸಂಸಾರವಿದೆ
ಒಳ್ಳೆಯ ಕೆಟ್ಟ ಜನರ ನಡುವೆಯೇ ಬದುಕಿದೆ

.

ಮಾತೊಬ್ಬರಿಗೆ ಸದಾ ಒಳ್ಳೆಯದು ಬಯಸು

ಅವರ ಕಷ್ಟಗಳಲಿ ಸಹಾಯ ಮಾಡು
ಹುಳಿ ಹಿಂಡಿ ಬದುಕಿನ ನೋವು ಹೆಚ್ಚಿಸಬೇಡಿ
ಸಿಹಿ ಹಂಚಿ ಪ್ರೀತಿಯ ಸವಿಯನು ನೀಡಿ

60. ನಾಜೂಕು ಸಸಿ

ನಾಜೂಕು ಸಸಿ

.

ಸಸಿ ನೋಡುತಿರಲು ಎಷ್ಟು ಪ್ರೀತಿ ಬರುವದು
ಅದಕೆ ಗಾಳಿ ನೀರು ಬೆಳಕು ಎಲ್ಲ ನೀಡುವರು
ಸೃಷ್ಟಿಯಲಿ ಪ್ರೀತಿಯು ಇರುವದೇ ಹಾಗೆ
ಚಿಕ್ಕ ವಿಷಯಗಳಲಿ ಪ್ರೀತಿ ಗಾಢವಾಗುವದು ಹಾಗೆ

.

ಸಸಿ ನೋಡಲು ನಾಜೂಕು ಬೆಳೆಯಬಲ್ಲದು
ಸರಿ ಪೋಷಣೆಯಿದ್ದರೆ ಹೆಮ್ಮರವಾಗಬಲ್ಲುದು
ನನಗೂ ಆ ಸುಖ ಕಾಣಬೇಕಿದೆ, ಹೆಮ್ಮರವಾಗಬೇಕಿದೆ
ಬದುಕಲಿ ಬೆಳೆದು ಆಕಾಶದೆತ್ತರ ನಿಲ್ಲಬೇಕಿದೆ

.

ಸಮಾಜದಲಿ ಅದೆಷ್ಟು ಅಡುಕು ತೊಡಕು
ಪ್ರತಿಭೆಗಳ ಬೆಳೆಯದೆ ಬಿಡದಂತೆ ಬಿರುಕು
ಗೆದ್ದಲು ಹತ್ತಿದ ಸಮಾಜದಲ್ಲಿ ಪ್ರತಿಭೆಗೆ ಬೆಲೆಯೇ
ಅದಕೆ ಅವಕಾಶ ಮಾಡಿ ಬೆಳೆಯಲು ಬಿಡುವದೇ

.

ಎಷ್ಟು ಆಸೆಗಳು ಇದ್ದವು, ಒಳಗೇ ನಶಿಸಿದವು
ಯಾರೂ ಬೆಂಬಲ ಕೊಡದೆ ಚಿಗುರದೆ ಹೋದವು
ಹೆಮ್ಮರ ಆಗುವ ಕನಸು ಹಾಗೆಯೇ ಉಳಿಯಿತು
ಬದುಕಿನ ತೇರು ಸದಾ ನಿಂತಲ್ಲೇ ನಿಂತಿತು

.

ಪ್ರತಿಭೆಗೆ ಪ್ರೋತ್ಸಾಹವಿರಲು ದೇಶದ ಏಳಿಗೆ

ಇನ್ನಾದರೂ ಸಸಿಗಳ ನೋಡೋಣ ಬೆಳವಣಿಗೆ
ಅವು ಬೆಳೆದಂತೆ ದೇಶ ಕೂಡ ಬೆಳೆಯುವದು
ಹೆಮ್ಮರವಾಗುವ ಕನಸು ನನಸಾಗುವದು

61. ಬಾಳಿಗೆ ಚಂದಿರ

ಬಾಳಿಗೆ ಚಂದಿರ

ಹುಣ್ಣಿಮೆಯ ಬೆಳಕು ಚಂದಿರನ ಶೋಭೆಗೆ
ಜಗದಲಿ ತರುವದು ಎಲ್ಲೆಡೆ ಸಂತಸದ ನಗೆ
ಪ್ರಣಯಿಗಳು ರಾತ್ರಿಗಳ ಸೊಗಸಾಗಿಸುವರು
ಸೃಷ್ಟಿಯ ಸುಂದರತೆಯನು ಮೆರಗು ಗೊಳಿಸುವರು

ನನಗೂ ಚಂದಿರನಂತೆ ಆಗಬೇಕೆನಿಸಿದೆ
ಬಾನಲಿ ಪ್ರಜ್ವಲಿಸಿ ಮಿಂಚಬೇಕೆನಿಸಿದೆ
ಬದುಕಿನ ಬಾನಲಿ ಎಲ್ಲೆಡೆ ಕತ್ತಲೆಯ
ಚಂದಿರನಾಗಲು ಬೆಳಕು ಹರಡುವದೆ

ಚಂದಿರನ ತಂಪು ಬಾಳಿಗೆ ಬೇಕು
ಬದುಕೆಲ್ಲ ನೆಮ್ಮದಿಯ ಬದುಕಿರಬೇಕು
ಮನ ತಂಪಾಗಿರಲು ಅದೆಷ್ಟು ಸಂತಸವು
ಸುತ್ತಲ ಜಗದಲಿ ಹರಡುವದು ಪ್ರೀತಿಯು

ಚಂದಿರನ ಶಾಂತತೆ ನನಗೆ ಇರಬೇಕು
ಸದಾ ನಗುತ ಪ್ರೀತಿಯ ಹರಡಬೇಕು
ಪ್ರೀತಿಯು ಜಗದಲಿ ಹರಡಲು ಸುಂದರ
ಎಲ್ಲೆಡೆ ಜನರು ಕಾಣುವರು ಬದುಕು ಮಧುರ

ಗ್ರಹಣ ಹಿಡಿದ ಚಂದಿರನಂತೆ ಬದುಕಾಗಿದೆ

ಬೆಳದಿಂಗಳು ಬಾಳಿಗೆ ಕಾಣದಾಗಿದೆ
ಸಹಿಸುತಿರುವೆ ರಾಹು ಕೇತುಗಳ ಉಪಟಳವ
ಅವು ದೂರಾಗಲು ಕಾಣುವೆ ಬೆಳದಿಂಗಳ

62. ಬದುಕಿನ ಉದಯ

ಬದುಕಿನ ಉದಯ

.

ಬೆಳಿಗ್ಗೆ ಮತ್ತು ಸಂಜೆ ಸೂರ್ಯ ಕೆಂಪಾಗುವನು
ಸಂಜೆ ಹೇಳುವ ನಾ ಹೋಗಿಬರುವೆನು
ಮಧ್ಯಾಹ್ನದ ಬಿಸಿಲು ಅದೆಷ್ಟು ಝುಳವು
ಹೊಂಗಿರಣದ ಸೂರ್ಯ ಆಗುವನು ಉಗ್ರನು

.

ನಾನೂ ಸೂರ್ಯನಾಗಿ ನೋಡಬೇಕಿದೆ
ಉದಯ ಅಸ್ತಗಳ ಪರಿ ಕಾಣಬೇಕಿದೆ
ಇದ್ದಾಗ ಸದಾ ಉರಿಯುವ ಕೆಂಡದಂತೆ
ಅದೇಕೆ ಬದುಕೂ ಈ ಪರಿಯಂತೆ

.

ಹುಟ್ಟು ಸಾವುಗಳ ನಾಲ್ಕು ದಿನದ ಬದುಕಿದೆ
ಇರುವಾಗ ಮಾತ್ರ ಸದಾ ಕಿರಿಕಿರಿಯಿದೆ
ಸೂರ್ಯನಂತೆ ಸದಾ ಕೆಂಡದಂತೆ ಉರಿಯುವದು
ಬದುಕಿನ ಅಸ್ತದಲಿ ಸೃಷ್ಟಿಯಲಿ ಒಂದಾಗುವದು

.

ಕೆಂಡದ ಬಿಸಿಲಲಿ ಜೀವಿಗಳ ಬದುಕಿದೆ
ಸೂರ್ಯನ ಝುಳದಲಿ ಸೃಷ್ಟಿಯ ಸುಖವಿದೆ
ದುಃಖನೋವುಗಳು ಸದಾ ಬದುಕಿಗೆ ಇವೆ
ಸೂರ್ಯನ ಬಿಸಿಲಂತೆ ಬದುಕಿಗೆ ದಾರಿ ತೋರಿವೆ

.

ನಾನೂ ಪ್ರಜ್ವಲಿಸಬಲ್ಲೆ ಆದರೆ ಜನ ಬಿಡುವದಿಲ್ಲ

ಬದುಕಲಿ ಮುಂದೆ ಬರಲು ಕಾರ್ಮೋಡ ಇವರೆಲ್ಲ
ಒಂದಿಲ್ಲೊಂದು ದಿನ ಕಾರ್ಮೋಡ ಅಳಿಸುವವು
ನನ್ನ ಬದುಕಿಗೂ ಸೂರ್ಯನ ಉದಯವಾಗುವದು

63. ಭುವಿಯಲ್ಲಿ ನಕ್ಷತ್ರ

ಭುವಿಯಲ್ಲಿ ನಕ್ಷತ್ರ

ಎಂದೂ ಅಳಿಸದ ನಕ್ಷತ್ರಗಳ ಚಂದ
ಸದಾ ಮಿನುಗುತ ವಿರಾಜಿಸುವ ಅಂದ
ಅನಿಸುತಿದೆ ನನಗೂ ನಕ್ಷತ್ರವಾಗಬೇಕು
ಬದುಕಲಿ ಏನಾದರೂ ಸಾಧಿಸಬೇಕು

ಸದಾ ಮಿನುಗುವ ಭಾಗ್ಯ ಬಾಳಲಿ ಯಾರಿಗೆ ಇದೆ
ಎಲ್ಲರ ಆಕರ್ಷಿಸುವ ಸೌಭಾಗ್ಯ ನನಗೆಲ್ಲಿದೆ
ಬಾಳಲಿ ಏನೂ ನಾ ಸಾಧಿಸಲೇ ಇಲ್ಲ
ಮಿನುಗುವ ನಕ್ಷತ್ರಗಳಂತೆ ಕೀರ್ತಿ ಪಡೆಯಲಿಲ್ಲ

ರಾತ್ರಿಯಲ್ಲಿಯೇ ನಕ್ಷತ್ರ ಜಾಸ್ತಿ ಮಿನುಗುವವು
ಕಷ್ಟದಲ್ಲಿಯೇ ಬದುಕಿಗೆ ಮೆರಗು ಕಾಣುವೆವು
ಬಂದ ಕಷ್ಟಗಳನು ಎದುರಿಸಿ ಬದುಕಲಿ
ಕಾಣಲಿ ಮೆರಗು ನಕ್ಷತ್ರಗಳಂತೆ ಹಿತದಲಿ

ಹೊಳೆವ ನಕ್ಷತ್ರಗಳಂತೆ ಅದೆಷ್ಟೋ ಜನರು
ತಮ್ಮ ತ್ಯಾಗದಲಿ ಬಾಳಿಗೆ ಬೆಳಕ ಕಂಡರು
ಸಮಾಜದಲಿ ಸತತ ಸೇವಾ ಮನೋಭಾವವ ಹೊಂದು
ಪಡೆವೆವು ನಕ್ಷತ್ರಗಳ ಹೊಳಪು ಈ ಬಾಳಿಗೆ ಅಂದು

ಬದುಕು ಹೊಳೆಯಲು ಕಷ್ಟ ಪಡಬೇಕು

ಎಲ್ಲರ ಮೆಚ್ಚಿಸಲು ದುಃಖ ಹೋಗಲಾಡಿಸಬೇಕು
ನಮ್ಮ ಬದುಕಿನ ರೀತಿ ಅಸಾಮಾನ್ಯವಾಗಿರಲು
ಎಂಥ ಸೊಗಸು ನಕ್ಷತ್ರ ಭುವಿಗೆ ಇಳಿದಿರಲು

64. ಸಿಟ್ಟಿನ ಕ್ಷಣಗಳು

ಸಿಟ್ಟಿನ ಕ್ಷಣಗಳು

ಸಿಟ್ಟು ಬಂದರೆ ಸಾಕು ಎಷ್ಟು ವಿಚಿತ್ರವು
ಸುತ್ತಲಿನ ವಾತಾವರಣವೆಲ್ಲ ಬಿಸಿಯು
ಸಿಟ್ಟು ಬಂದಾತನ ತಲೆ ಪೂರ್ತಿ ಬಿಸಿಯು
ಅವನಾಡುವ ಮಾತುಗಳೂ ಬಿಸಿಯು

ನನಗೂ ಮುಂಗೋಪಿಯಾಗುವ ಆಸೆ
ಸಿಟ್ಟಿನಿಂದ ಎಲ್ಲರ ದುರುಗುಟ್ಟುವ ಆಸೆ
ಎಲ್ಲರ ಮೇಲೆ ಜೋರಾಗಿ ಮಾತಾಡುವದು
ನನ್ನ ಮನದ ಜೊತೆ ಎಲ್ಲರ ಮನ ನೋಯಿಸುವದು

ಸಿಟ್ಟು ಬಂದರೆ ತಲೆ ಕೆಲಸ ಮಾಡುವದಿಲ್ಲ
ಮಾತಿನ ಮೇಲೆ ಹತೋಟಿ ಇರುವದಿಲ್ಲ
ಬಾಯಿಗೆ ಬಂದಿದ್ದೆ ಸರಿ, ಒದರುವದು
ಬದುಕಿನ ಆ ಕ್ಷಣಗಳನ್ನು ಕಳೆದುಕೊಳ್ಳುವದು

ನನ್ನಂತೆಯೇ ಆಗಬೇಕು ಎನ್ನುವ ಆಸೆಯು
ಸರಿ ತಪ್ಪು ಏನಿದ್ದರೂ ನನ್ನ ಮಾತು ನಡೆಯಬೇಕು
ಮತ್ತೊಬ್ಬರ ಬಗೆಗೆ ವಿವೇಚಿಸದೆ ವರ್ತನೆಯು
ನನ್ನ ನಿಜತನವನ್ನೇ ಮರೆತು ಬಿಡುವದು

ಹೌದು ಮನುಜನನ್ನೇ ಸಿಟ್ಟು ನುಂಗುವದು

ಬದುಕಿನ ಕ್ಷಣಗಳ ಹಾಳುಮಾಡುವದು
ಇಂದೇ ಸಿಟ್ಟನ್ನು ತೆಗೆದು ಬಿಸಾಡುವೆ
ನನ್ನತನದ ಬದುಕನು ಮತ್ತೆ ಬಾಳುವೆ

65. ಹದಿಹರೆಯ

ಹದಿಹರೆಯ

.

ಹದಿಹರೆಯದ ಯುವಕನಾದರೆ ಎಷ್ಟು ಚೆನ್ನ
ಸುತ್ತಲ ಜಗ ಹಸಿರಾದರೆ ಎಷ್ಟು ಚೆನ್ನ
ನಿನ್ನ ಮನ ಚಿಗುರುತಿರಲು ಎಲ್ಲೆಡೆ ಸುಂದರ
ನಿನ್ನ ಹರೆಯದ ಜೊತೆಗೆ ಸೃಷ್ಟಿಯೂ ಮಧುರ

.

ನನಗೂ ಮತ್ತೆ ಹದಿಹರೆಯ ಹೊಂದುವಾಸೆ
ಹೊಸ ಸ್ಫೂರ್ತಿಯೊಂದಿಗೆ ಬಾಳುವಾಸೆ
ಮನದ ಕಲ್ಪನೆಗಳಿಗೆ ರೆಕ್ಕೆ ಕೊಡುವೆ
ಬದುಕಿನ ಆಗಸದಲಿ ಎಲ್ಲೆಡೆ ಹಾರಾಡುವೆ

.

ಹದಿತನದಲ್ಲಿ ಏನೆಲ್ಲಾ ಸಾಧಿಸಬಹುದು
ನನ್ನ ಪ್ರತಿ ಕನಸು ನನಸಾಗಿಸಬಹುದು
ಯಾರ ಅವಲಂಬನೆ ಇಲ್ಲದೆ ಇರಬಹುದು
ನನ್ನಿಚ್ಛೆಯಂತೆ ಬದುಕು ಸಾಗಿಸಬಹುದು

.

ಹದಿಹರೆಯದಲ್ಲಿ ಆಗಸಕೆ ಹಾರುವ ಆಸೆ
ತಾರೆಗಳನೆಲ್ಲ ಕೈಯಲ್ಲಿ ಹಿಡಿಯುವ ಆಸೆ
ಆದರೆ ಜಗ ನಿನಗೆ ಸಹಾಯಿಸುವದೆ
ನೀ ನೆಗೆದಾಗಲೊಮ್ಮೆ ನಿನ್ನ ಎಳೆಯದಿರುವದೆ

.

ಹೌದು ನಿಜಮಾತು ಅದ್ಭುತ ಶಕ್ತಿ ಇದೆ

ಹದಿವಯಸ್ಕರಲ್ಲಿ ಅಗಾಧ ಇಚ್ಛೆಯಿದೆ
ಅವರಿಗೆ ಬೇಕಾದ ಸಹಾಯ ಇಂದೇ ಮಾಡೋಣ
ಎಲ್ಲರನು ಮುಂದೆ ತರಲು ಪ್ರಯತ್ನಿಸೋಣ

ಹದಿವಯಸ್ಕರಲ್ಲಿ ಅಗಾಧ ಇಚ್ಛೆಯಿದೆ
ಅವರಿಗೆ ಬೇಕಾದ ಸಹಾಯ ಇಂದೇ ಮಾಡೋಣ
ಎಲ್ಲರನು ಮುಂದೆ ತರಲು ಪ್ರಯತ್ನಿಸೋಣ

66. ಮನೆಗೆಲಸ

ಮನೆಗೆಲಸ

.

ಎಲ್ಲರ ಮನೆಯಲಿ ಈಗ ಮನೆಗೆಲಸದವಳು
ಪ್ರತಿ ಕೆಲಸದಲಿ ಅವಳು ಸಹಾಯ ಮಾಡುವಳು
ನಮಗೆ ಆರಾಮ ನೀಡುತ, ಸದಾ ಶ್ರಮಿಸುತ
ಕೊಟ್ಟ ಸ್ವಲ್ಪ ದುಡ್ಡಿಗೆ ಸಂತೃಪ್ತಿ ಕೂಡ ಹೊಂದುತ

.

ಒಮ್ಮೆ ನಾನು ಬೇರೆಯವರ ಸೇವೆ ಮಾಡಬೇಕು
ಅವರ ಮನೆಯ ಕೆಲಸದವಳಾಗಬೇಕು
ಮತ್ತೊಬ್ಬರ ಸೇವೆಯಲ್ಲಿನ ಸುಖ ಅರಿಯುವೆ
ಅವರೇನೇ ಅಂದರೂ ಸಹಿಸಿಕೊಳ್ಳುವೆ

.

ನಾಲ್ಕು ಬಿಡಿಗಾಸಿಗೆ ಏನೆಲ್ಲ ಮಾಡಬೇಕು
ತನ್ನ ಸ್ವತಂತ್ರತೆ ಬಿಟ್ಟು ಪರಾವಲಂಬಿಯಾಗಬೇಕು
ಅವರು ಹೇಳಿದ ಕೆಲಸ ಮನಸಿಲ್ಲದೆ ಮಾಡುವೆ
ಕೊಟ್ಟ ನಾಲ್ಕು ಬಿಡಿಗಾಸಿಗೆ ಕೈಚಾಚುವೆ

.

ಬಡತನದ ಹಸಿವೆ ಇಂತ ಪರಿಸ್ಥಿತಿಗೆ ಕಾರಣವೋ
ಎಲ್ಲರ ಜೀವನ ಅದೆಂದು ಉದ್ಧಾರವೋ
ಬದುಕು ಏನೆಲ್ಲಾ ಕಲಿಸುವದು ಇರಲು
ಭಿಕ್ಷೆ ಕೂಡ ಬೇಡಿಸುವದು ಅನಿವಾರ್ಯವಾಗಲು

.

ಹೌದು ಎಲ್ಲರೂ ಸ್ವತಂತ್ರರಾಗಬೇಕು

ಅವರಿಷ್ಟದ ಬಾಳು ಎಲ್ಲರೂ ಬಾಳಬೇಕು
ಯಾರಿಗೂ ದುಡ್ಡಿಗಾಗಿ ಕೈಚಾಚದೆ ಇರುವಂತೆ
ತನ್ನಿಚ್ಛೆಯ ಬಾಳು ನಿರ್ಮಿಸಿ ಮುನ್ನಡೆಯುವಂತೆ

67. ಬೆಳಕಿನತ್ತ

ಬೆಳಕಿನತ್ತ

ಬೆಳಕು ಬಾಳಿಗಿರಲು ಎಷ್ಟು ಚಂದವು
ಎಲ್ಲೆಡೆ ನಲಿವು ತುಂಬಿರಲು ಏನು ಅಂದವು
ಎಲ್ಲರಿಗೆ ಗೊತ್ತು ದೇವನ ಆಟವಿದು
ದೇವನು ಎಲ್ಲರ ಬಾಳಿಗೆ ತೋರುವ ದಯೆಯಿದು

ಅನಿಸಿತು ಒಮ್ಮೆ ನಾನು ಬೆಳಕಾಗಬೇಕು
ಎಲ್ಲರಿಗೆ ಸಹಾಯ ನೀಡುತ ಆನಂದಿಸಬೇಕು
ಅದೆಷ್ಟು ಜನ ಕತ್ತಲಲಿ ಬಾಳುತಿಹರು
ಅವರಿಗೆಲ್ಲ ಬೆಳಕಿನ ಕಿರಣ ನಾ ನೀಡಬೇಕು

ಅದೆಷ್ಟು ಹೃದಯಗಳು ಮುದುಡಿಹವು
ಅವುಗಳಿಗೆ ಸಾಂತ್ವನ ನಾ ನೀಡಬೇಕು
ಅವರು ಆನಂದದಲಿ ಹೃದಯವರಳಿರಲು
ನನ್ನ ಹೃದಯವನು ಅವರೊಡನೆ ಒಂದಾಗಿಸಲು

ಕತ್ತಲೆಯ ಬದುಕಿರಲು ಎಡುವುವುದು ಖಚಿತವು
ಸರಿತಪ್ಪು ತಿಳಿಯದೆ ತಿಳಿದಿದ್ದೇ ಮಾಡುವೆವು
ಬೆಳಕು ಹೊಂದಿರಲು ಬಾಳಿಗೆ ಎಲ್ಲ ಒಳ್ಳೆಯದು
ಎಡವದೇ ಸುರಕ್ಷಿತದಲಿ ಗುರಿ ತಲುಪುವದು

ಹೃದಯಕೆ, ಮನಕೆ ಸುಜ್ಞಾನದ ಬೆಳಕಿರಲಿ

ಸನ್ಮಾರ್ಗದಿ ನಡೆಯುವ ಆತ್ಮಜ್ಯೋತಿಯಿರಲಿ
ಅರಿವೆ ಗುರಿಯೆನ್ನುವಂತೆ ಬೆಳಕು ಪಡೆಯುವದು
ತನ್ನ ಬದುಕಿಗೆ ತಾನೇ ಸರಿಮಾರ್ಗವ ಕಾಣುವದು

ಸನ್ಮಾರ್ಗದಿ ನಡೆಯುವ ಆತ್ಮಜ್ಯೋತಿಯಿರಲಿ
ಅರಿವೆ ಗುರಿಯೆನ್ನುವಂತೆ ಬೆಳಕು ಪಡೆಯುವದು
ತನ್ನ ಬದುಕಿಗೆ ತಾನೇ ಸರಿಮಾರ್ಗವ ಕಾಣುವದು

68. ಮನದ ಕಸ

ಮನದ ಕಸ

.

ಎಲ್ಲೆಡೆಗೆ ಸ್ವಚ್ಛತೆಯ ಕಾಪಾಡುತ
ಕಸದಿಂದ ಜನರನು ದೂರವಿಡುತ
ಕಸ ಹುಡುಗುವವ ದಿನಪೂರ್ತಿ ಪಡುವ ಶ್ರಮವ
ಕಸದಿಂದ ಜನರನು ದೂರ ಇಡುವ

.

ಎಷ್ಟು ಪುಣ್ಯದ ಕೆಲಸ ಸ್ವಚ್ಛತೆ ತರುವದು
ಎಷ್ಟು ಸುಂದರ ಎಲ್ಲೆಡೆ ಸ್ವಚ್ಛವಿರುವದು
ಸ್ವಚ್ಛತೆಯಿದ್ದಲ್ಲಿ ಸ್ವಚ್ಛ ಮನವೂ ಇರುವದು
ಸ್ವಚ್ಛ ಮನವಿರೆ ಹೃದಯವೂ ಸುಂದರವಾಗುವದು

.

ನನಗೂ ಸ್ವಚ್ಛತೆಯನು ಕಾಪಾಡುವ ಆಸೆ
ಕಸಗುಡಿಸಿ ನೈರ್ಮಲ್ಯವ ಎಲ್ಲೆಡೆ ಕಾಣುವ ಆಸೆ
ಕಸಗುಡುಸಿ ಯಾರೂ ಕೀಳಾಗುವದಿಲ್ಲ
ಗಂಡಸರ ಅಭಿಮಾನವೇನೂ ಭಂಗವಾಗುವದಿಲ್ಲ

.

ಜಗದ ಕಲ್ಮಶವೇನೋ ದೂರಾಗಿಸಬಹುದು
ಮನದ ಕಲ್ಮಷವನು ಹೇಗೆ ದೂರಾಗಿಸುವದು
ನೂರೆಂಟು ದ್ವೇಷ, ಅಸೂಯೆ, ಮದ ಮತ್ಸರದ ಮನ
ಹೇಗೆ ಕಾಣುವದೋ ಇದಕೆ ಸದ್ಗುಣ

.

ಸ್ವಚ್ಛವಿಲ್ಲದ ಮನವು, ಜಗ ದುಃಖವಾಗಿಸುವದು

ಜನರ ನಡುವೆ ಏನೆಲ್ಲಾ ಕಲಹ ತರುವದು
ನಮ್ಮ ಆಂತರಿಕ ಶುದ್ಧಿಯನು ಇಂದೇ ಸಾಧಿಸೋಣ
ಜಗವ ಪ್ರೀತಿ ಮಮತೆಯ ಒಡಲಾಗಿಸೋಣ

69. ಪುಸ್ತಕ ಮತ್ತು ಜೀವನ

ಪುಸ್ತಕ ಮತ್ತು ಜೀವನ

ಪುಸ್ತಕದ ಹುಳವಾದರೆ ಎಷ್ಟು ಚೆನ್ನ
ಪುಸ್ತಕದ ಒಳಗೆ ಜೀವನ ಎಷ್ಟು ಚೆನ್ನ
ನೂರೆಂಟು ವಿಷಯಗಳ ಜ್ಞಾನ ಸಂಗ್ರಹವಿದೆ
ಬದುಕಿಗೆ ಬೇಕಾದ ಪಾಠವೂ ಇದರಲ್ಲಿದೆ

ನಾನಾಗಬೇಕು ಒಂದು ಪುಸ್ತಕವು
ಎಲ್ಲರ ಕೈಯಲಿ ನಾ ನಲಿದಾಡಬೇಕು
ಅದೆಷ್ಟು ಗಾಂಭೀರ್ಯದಲಿ ಜನ ಓದುವರು
ನನ್ನನು ಅದೆಷ್ಟು ಪ್ರೀತಿಯಲಿ ಎದೆಗವಚಿಕೊಳ್ಳುವರು

ಪುಸ್ತಕದ ಮಾತು ನೂರೆಂಟು ಇವೆ
ಗೊತ್ತು ಎಲ್ಲರೂ ಪುಸ್ತಕದಿಂದ ಕಲಿಯುವವರೆ
ಅದೆಷ್ಟು ಕಲಿತರೇನು ಜ್ಞಾನ ವೃದ್ಧಿಯಾದರೇನು
ಬದುಕಿನ ಮೌಲ್ಯಗಳನೆ ಪರಿಪಾಲಿಸದಿದ್ದರೇನು

ಓದಿ ಕೆಟ್ಟ ಕೂಚು ಭಟ್ಟ ಎನ್ನುವ ಮಾತಿದೆ
ಕೇವಲ ಓದಿನಿಂದ ಏನೂ ಆಗದು ಎಂಬುದೂ ಇದೆ
ಓದಿದ ಮಾತುಗಳನು ಹೃದಯಕೆ ತರಬೇಕು
ಹೃದಯದ ಮಾತುಗಳನು ನಿಜ ಜೀವನಕೆ ಇಳಿಸಬೇಕು

ಭಾವನೆಯ ಲೋಕಕ್ಕೆ ಪುಸ್ತಕ ಒಯ್ಯುವದು

ವಿಚಾರವ ಮಾಡಲು ಪುಸ್ತಕ ತಿಳಿಸುವದು
ಹೌದು ಪುಸ್ತಕ ತರಬಹುದು ಲೋಕಕ್ಕೆ ಸೊಗಸು
ಎಲ್ಲರ ಜೀವನದಲಿ ನೀಡುವದು ಹೊಸ ಮನಸು

70. ಹಾಲಂತೆ ಮನ

ಹಾಲಂತೆ ಮನ

ಹಸು ಕೊಡುವ ಹಾಲಿಗೆ ಅದೆಷ್ಟು ಮಹತ್ವ
ಎಲ್ಲರ ದೇಹಕೆ ನೀಡುವದು ಸತ್ವ
ಚಹಾ ಕಾಫೀ ಎಲ್ಲದಕೂ ಹಾಲೇ ಬೇಕು
ಮುಂಜಾನೆ ರಾತ್ರಿ ಎಲ್ಲರ ಜೊತೆ ಕುಡಿಯಬೇಕು

ನಾ ಹಾಲಾದರೆ ಮುಂಜಾನೆಯೇ ಮನೆ ಸೇರುವೆ
ಅದೆಷ್ಟು ಪ್ರೀತಿಯಲಿ ಚಹದ ಜೊತೆ ಸೇರುವೆ
ಎಲ್ಲರ ಮೈ ಮನ ತನಿಸಲು ಎಷ್ಟು ಚಂದವು
ಎಲ್ಲರೂ ಪ್ರೀತಿಯಲಿ ಹರಟೆ ಹೊಡೆಯಲು ಆನಂದವು

ಕೆಲವೊಮ್ಮೆ ಮನ ರೋದಿಸುತ್ತದೆ
ಹಾಲು ಶೇಖರಿಸುವರು, ಹಸುಗಳ ಮಕ್ಕಳು ಕುಡಿಯದೆ
ಇದೆಂಥ ಅನ್ಯಾಯ ಕರುವನು ಗೋಳಿಡಿಸುವದೆ
ತಾಯಿಯ ಹಾಲಿಂದ ಅವುಗಳ ದೂರವಿಡಿಸುವದೆ

ಹಾಲಿಂದ ಮೊಸರು,ಬೆಣ್ಣೆ ಕೆನೆ ಎಲ್ಲವೂ
ರುಚಿಯಾದ ಸಿಹಿ ತಿಂಡಿಗಳೆಲ್ಲವೂ
ಅದೆಷ್ಟು ರೂಪ ಬದಲಿಸಿದರೂ ಸಿಹಿತನವಿದೆ
ಸೇವಿಸುವ ವ್ಯಕ್ತಿಗೆ ಪರಿವರ್ತನೆಯು ಇಷ್ಟವಿದೆ

ಮನ ಹಾಲಂತೆ ಶುದ್ಧವಿರಬೇಕು

ಎಷ್ಟು ಪರಿವರ್ತನೆಯ ಪ್ರಸಂಗದಲೂ ಸಿಹಿತನವಿರಬೇಕು
ಬದುಕಲಿ ಬರುವ ಏನೆಲ್ಲಾ ಕಷ್ಟಗಳೆ ಇರಲಿ
ಸದಾ ನಗುನಗುತಾ ಸಿಹಿತನದ ನಗುವ ಹರಿಸಬೇಕು

71. ಕಂಬನಿಯ ಹೃದಯ

ಕಂಬನಿಯ ಹೃದಯ

ನನಗೆ ಬಯಸುವೆ ಕಣ್ಣೀರ ಹನಿಯ
ಅರಿಯಬಯಸುವೆ ಜನರ ದುಃಖದ ಪರಿಯ
ದುಃಖದಲಿ ಕಂಬನಿಯ ಕೋಡಿ ಹರಿದಾಗ
ಕಣ್ಣೀರು ಹೊರಬರುತ ನಾ ಅರಿಯುವೆ ಜನರನಾಗ

ಕೆಲವರಂತೂ ಕಂಬನಿ ಕಣ್ಣಿನ ಹೊರಗೆ
ಸ್ವಲ್ಪ ಸನ್ನಿವೇಶ ಸಿಕ್ಕರೆ ಒಮ್ಮೆಲೇ ಅಳುವರೆ
ನಮಗೋ ಕನಿಕರ ಒಮ್ಮೆಲೇ ಮೂಡುವದು
ಅವರೋ ಮೋಸದಲಿ ಜನರ ವಂಚಿಸುವದು

ಹೃದಯಕ್ಕೂ ಕಂಬನಿಗೂ ಹತ್ತಿರದ ಸಂಭಂಧವು
ಸ್ವಲ್ಪ ಹೃದಯ ನೊಂದರೂ ಕಣ್ಣೀರು ಬರುವವು
ಹೃದಯದ ಕಲ್ಮಶವು ನಿಜ ದೂರವಾಗುವದು
ಕಣ್ಣೀರ ಹನಿಯೊಂದಿಗೆ ಹರಿದು ಹೋಗುವದು

ಕೆಲ ಜನರಿಗೆ ಕಂಬನಿ ಬರುವದೇ ಇಲ್ಲ
ಆದರೂ ಜನರ ದುಃಖಿಕೆ ಮಿಡಿಯದೆ ಇಲ್ಲ
ಹೃದಯ ಅಳುತಿಹುದು ಕಣ್ಣು ಬತ್ತಿಹುದು
ಮತ್ತೊಬ್ಬರ ಕಷ್ಟಗಳಿಗೆ ಸದಾ ಸ್ಪಂದಿಸುವದು

ಅತ್ತಾಗಲೇ ಅನ್ನುವರು ಸಮಾಧಾನವಾಗುವದು

ಕಣ್ಣೀರು ಹರಿದಾಗಲೆ ಹೃದಯ ಶುದ್ಧವಾಗುವದು
ಮೃಗಗಳೂ ಕಣ್ಣೀರು ಸುರಿಸುವದನು ನೋಡಿರುವೆ
ಮಾನವನಿಗೇಕೋ ಇಂದು ಕಣ್ಣೀರು ಮಾಯವೆ

72. ಪೊಲೀಸ್ ವೈಖರಿ

ಪೊಲೀಸ್ ವೈಖರಿ

ಚಿಕ್ಕಂದಿನಿಂದ ನನಗೆ ಪೊಲೀಸು ಪ್ರಿಯನು
ಅವನು ಡ್ರೆಸನಲ್ಲಿರಲು ಅದೆಷ್ಟು ಶಿಸ್ತಿನವನು
ಕಳ್ಳರ ಹಿಡಿಯುವವ, ದೇಶವ ಕಾಯುವವ
ತನ್ನತನವನೆ ಮರೆತು ಎಲ್ಲರ ರಕ್ಷಿಸುವವ

ಪೊಲೀಸನಾದರೆ ನಾನು ಶಿಸ್ತು ತರುವೆ
ಮೋಸ ವಂಚನೆಗಳ ಹೊಡೆದೋಡಿಸುವೆ
ನನ್ನ ಕಾರಣದಿಂದ ದೇಶೋದ್ಧಾರವ ನೋಡಲು
ಅದೆಷ್ಟು ಸಾರ್ಥಕತೆ ದೇಶದ ಸಂರಕ್ಷಣೆಗ್ಯೆಯಲು

ಆದರಿಂದು ಎಲ್ಲ ವಿಚಿತ್ರವೇ
ಕೆಲ ಪೊಲೀಸರೆ ಕಳ್ಳರ ಮಿತ್ರರೇ
ಸ್ವಲ್ಪ ಲಂಚ ಕೊಡಲು ತಮ್ಮತನ ಮರೆಯುವರು
ತಮ್ಮ ಒಳಗಿನ ಕಳ್ಳತನದ ಸ್ವಭಾವ ತೋರುವರು

ಪೊಲೀಸರಲ್ಲಿ ನೈತಿಕತೆ ಕಲಿಸಬೇಕಿದೆ
ಅವರಲ್ಲಿ ರಾಷ್ಟ್ರಪ್ರೇಮ ಬೆಳೆಸಬೇಕಿದೆ
ಕಳ್ಳರನು ಹಿಡಿಯುತ ಎಲ್ಲೋ ತಪ್ಪಿದರು
ಸದ್ದು ಗದ್ದಲವಿಲ್ಲದೆ ತಾವೇ ಕಳ್ಳರಾದರು

ಜನರ ಸೇವೆಯಲ್ಲಿರಲು ಎಷ್ಟು ಚೆನ್ನ

ಜನರ ತೊಂದರೆ ನಿವಾರಿಸುತ ಮನ ಪ್ರಸನ್ನ
ಆಗುವೆ ಪೊಲೀಸ್ ನಾನು, ಮಾಡುವೆ ಸೇವೆ
ಜನತಾ ಜನಾರ್ದನ ಸೇವೆ ಎಂಬುದ ಸಾಬೀತಾಗಿಸುವೆ

73. ಈರುಳ್ಳಿಯ ಗುಟ್ಟು

ಈರುಳ್ಳಿಯ ಗುಟ್ಟು

.

ಈರುಳ್ಳಿಯ ಸ್ವಾದ ಎಷ್ಟು ಚೆನ್ನ
ಪ್ರತಿ ಕಾಯಿಪಲ್ಲೆ ಜೊತೆ ಎಷ್ಟು ಚೆನ್ನ
ಸಾರಿನ ಒಗ್ಗರಣೆಯಲಿ, ಪಲ್ಲೆ ಮಾಡುವದಿರಲಿ
ಈರುಳ್ಳಿ ಇದ್ದರೆ ಎಲ್ಲ ರುಚಿ ಇಲ್ಲಿ

.

ಎಲ್ಲರ ಜೊತೆ ಬೆರೆಯುವದು ಈರುಳ್ಳಿಗೆ ಗೊತ್ತು
ಜನರ ಜೊತೆ ಬೆರೆಯುವದು ನಮಗೆಲ್ಲಿ ಗೊತ್ತು
ಜನರಲ್ಲಿ ಬೆರೆತು ಒಂದಾಗಬೇಕು
ಈರುಳ್ಳಿಯಂತೆ ತನ್ನತನವನು ಮರೆಯಬೇಕು

.

ನಾನೂ ಈರುಳ್ಳಿಯಂತೆ ಆಗಬೇಕು
ಎಲ್ಲರ ಜೊತೆ ಬದುಕಲಿ ಬೇರೆಯಬೇಕು
ಅವರ ಆನಂದದಲಿ ನಾನೂ ಆನಂದಿಸಬೇಕು
ದುಃಖದಲಿ ಅವರ ಜೊತೆಯಾಗಬೇಕು

.

ಈರುಳ್ಳಿಯ ವಾಸನೆ ಯಾರಿಗೂ ಆಗದು
ಬಾಯಿಂದ ವಾಸನೆ ಬರಲು ಯಾರೂ ಮಾತಾಡರು
ಅದೆಷ್ಟು ಬೆರೆತರೂ ಎಲ್ಲರ ಜೊತೆ ನೆನಪಿಡಬೇಕು
ಎಲ್ಲರಿಂದ ಸ್ವಲ್ಪ ದೂರವಿರಬೇಕು

.

ನನ್ನತನವನ್ನು ಈರುಳ್ಳಿ ತೋರಗೊಡದು

ಹೊರಗಿನ ಸಿಪ್ಪೆಯಲಿ ಎಲ್ಲ ಮುಚ್ಚಿಡುವದು
ನಮ್ಮ ಆಂತರ್ಯದ ಗುಟ್ಟೂ ಹಾಗೇ ಇರಬೇಕು
ಸ್ವಚ್ಛ ಸುಂದರ ಮನ ಸದಾ ಹೊಂದಿರಬೇಕು

ಹೊರಗಿನ ಸಿಪ್ಪೆಯಲಿ ಎಲ್ಲ ಮುಚ್ಚಿಡುವದು
ನಮ್ಮ ಆಂತರ್ಯದ ಗುಟ್ಟೂ ಹಾಗೇ ಇರಬೇಕು
ಸ್ವಚ್ಛ ಸುಂದರ ಮನ ಸದಾ ಹೊಂದಿರಬೇಕು

74. ಖಾರ ಮಾತು,ಸಿಹಿ ಹೃದಯ

ಖಾರ ಮಾತು,ಸಿಹಿ ಹೃದಯ

.

ಸರಿಯಾದ ಮಾತ್ರೆಯಲಿ ಖಾರವಿರಲು
ಎಷ್ಟು ಚೆನ್ನ ತಿಂಡಿಯಲಿ ಸ್ವಾದವಿರಲು
ಖಾರ ಹೆಚ್ಚಾದರೂ ತೊಂದರೆ , ಸಪ್ಪೆಯಾದರೂ
ರುಚಿಯೂಟ ಬೇಕು ಅನಾರೋಗ್ಯದಿಂದಿದ್ದರೂ

.

ಖಾರ ಮಾತಾಡುವವರಿಗೇನು ಕಡಿಮೆಯೇ
ಮತ್ತೊಬ್ಬರ ಭೇಡಿಸುವವರಿಗೇನು ಕಡಿಮೆಯೇ
ಖಾರದ ಮಾತಾಡಿ ಮೊತ್ತೊಬ್ಬರ ನೋಯಿಸುವರು
ವಿನಾಕಾರಣ ತಲೆ ಬಿಸಿ ಮಾಡುವರು

.

ಒಮ್ಮೊಮ್ಮೆ ಅನಿಸುತ್ತದೆ ಖಾರ ಮಾತಾಡಬೇಕು
ನನ್ನ ನೋಯಿಸುವವರನು ನಾನೂ ನೋಯಿಸಬೇಕು
ಅದೇಕೋ ನನ್ನ ವಿವೇಕ ತಡೆಹಿಡಿಯುತ್ತದೆ
ಅವರ ಕೆಟ್ಟವರೆಂದು ನೀನೂ ಆಗುವೆಯಾ ಅನ್ನುತ್ತದೆ

.

ಅದೆಷ್ಟು ಜನ ಸಿಹಿ ಮಾತಲಿ ಮೋಸಮಾಡುವರು
ನಗುನಗುತಾ ಹೃದಯವನು ಕದ್ದುಬಿಡುವರು
ಕೆಲ ಜನರು ಖಾರ ಮಾತಾಡುವರು
ಹೃದಯದ ತುಂಬಾ ಮತ್ತೊಬ್ಬರ ಹಿತ ಬಯಸುವರು

.

ಏನೇ ಆಗಲಿ ಖಾರ ಅಡಿಗೆಗೆ ಬೇಕು

ಸಪ್ಪೆಯ ಬದುಕು ಕೂಡ ಯಾರಿಗೆ ಬೇಕು
ಖಾರ ಮಾತಾಡೋಣ, ಮತ್ತೊಬ್ಬರ ಭೇದಿಸೋಣ
ಹೃದಯದ ತುಂಬಾ ಕೇವಲ ಸಿಹಿಯೇ ಹೊಂದಿರೋಣ

75. ಪ್ರೀತಿಯ ಮಳೆ

ಪ್ರೀತಿಯ ಮಳೆ
.

ಮಳೆಯ ಹನಿ ಭೂಮಿಯನು ತಾಗುತಿರೆ
ಭೂಮಿಯು ಹಸಿರು ಸಿರಿ ಹೊಂದಿ ನಲಿದಾಡುತಿರೆ
ಎಲ್ಲೆಡೆ ಹಬ್ಬವೋ ಹಬ್ಬ ಜನಮನದಲಿ
ಜನರೆಲ್ಲ ಚಂದವು ಭೂಮಿತಾಯಿಯ ಮಡಿಲಲಿ

.

ಆಗುವೆ ನಾ ಮಳೆ ಹನಿ, ತರುವೆ ನೀರು ಭೂಮಿಗೆ
ಧಗಿಸುವ ಭೂಮಿಗೆ ತಂಪು ನೀಡುವದಕೆ
ಮಳೆಯಿಂದ ಬೆಳೆಯಿರಲು,ಇಳೆ ಸೊಗಸು ಕಂಡಿರಲು
ನಗುವ ಜನರ ನೋಡಿ ಮನ ಶಾಂತಿ ಕಂಡಿರಲು

.

ಜಗದಲಿ ಪ್ರೀತಿಯ ಮಳೆಯೂ ಆಗುತಿರಬೇಕು
ಎಲ್ಲೆಡೆ ಸಾಮರಸ್ಯದ ಬದುಕೂ ಕಾಣಬೇಕು
ಹೃದಯಗಳು ಬೆರೆತಾಗ ಭುವಿ ಸ್ವರ್ಗವಾದಾಗ
ಎಷ್ಟು ಚೆನ್ನ ಜನರೆಲ್ಲ ನಗುತಿರುವಾಗ

.

ಆದೆಷ್ಟೋ ಸಲ ಮೋಡಗಳು ಮಳೆಗರೆಯುವದೇ ಇಲ್ಲ
ಅದೆಷ್ಟು ಜನ ಸಿರಿವಂತರು ದಾನ ಮಾಡುವದಿಲ್ಲ
ಕಾರ್ಮೋಡ ಕವಿದರೂ ಮಳೆಯಾಗದಿರಬಹುದು
ಬಡತನ ನೋಡಿಯೂ ಸಿರಿವಂತರ ಮನ ಕರಗದಿರಬಹುದು

.

ಅತಿ ಪ್ರೀತಿಯಲಿ ಮಕ್ಕಳು ಕೆಡುವದುಂಟು

ಅತಿಮಳೆಯಾಗಿ ನೆರೆಹಾವಳಿ ಆಗಲುಂಟು
ಹೌದು ಹಿತಮಿತವಾದ ಪ್ರೀತಿಯೇ ಲೇಸು
ಎಲ್ಲರ ಜೊತೆ ಸಾಮರಸ್ಯದಿ ಬದುಕಿದರೇ ಸೊಗಸು

76. ನಾ ಕಂಡ ಕನಸು

ನಾ ಕಂಡ ಕನಸು

.

ಕನಸು ಕಾಣುತಿರಲು ಅದೆಷ್ಟು ಸೊಗಸು
ಏನೆಲ್ಲಾ ಕಲ್ಪನೆ ಪಡೆದಿರಲು ಸುಂದರ ಮನಸು
ಹೌದು ನಾ ಆಗುವೆ ಕನಸು ಇಂದೆಯ
ಎಲ್ಲರ ಮನವ ಹೊಸ ಲೋಕಕೆ ಒಯ್ಯುವೆ

.

ಕನಸಿನ ಲೋಕದಲಿ ಎಲ್ಲ ವಿಹರಿಸುವವರೆ
ರಾತ್ರಿ ವಿಹಂಗಮ ಕನಸು ಕಾಣುವವರೆ
ಕನಸಲಿ ತೇಲಾಡುತಿರಲು ಅದೆಷ್ಟು ಚೆನ್ನವು
ನಿಜಲೋಕದಿಂದ ಆದರೂ ಅದೆಷ್ಟು ದೂರವು

.

ಕನಸಿಗೂ ಮನಸಿಗೂ ಅದೆಷ್ಟು ಹೊಂದಾಣಿಕೆಯು
ಕಂಡ ಕನಸನು ಮನವು ಮೆಲುಕುತಲೇ ಇರುವುದು
ಆದೇನೆಲ್ಲ ಹಗಲು ಕನಸು ಕಾಣುವರು
ನನಸಾಗದೆ ಮನಸು ಕೆಡಸಿ ಕೊಳ್ಳುವರು

.

ಜೀವನದಲೂ ನಾವಂದುಕೊಂಡಂತೆ ಆಗುವದಿಲ್ಲ
ಕನಸುಗಳೂ ನಾವು ಬಯಸಿದಂತೆ ಬೀಳುವದಿಲ್ಲ
ಕಂಡ ಕನಸುಗಳು ಅದೆಷ್ಟೋ ಭಯಾನಕವಿರಬಹುದು
ನಿಜ ಬದುಕು ಅದೆಷ್ಟೋ ಸಲ ದುಃಖ ಕಾಣಬಹುದು

.

ಹೌದು ನಾ ಕನಸಾಗುವೆ ಮನ ಸೂರೆಗೊಳ್ಳುವೆ

ಯುವಕರಿಗೆ ನೂರೆಂಟು ಕನಸು ಕಾಣಿಸುವೆ
ಆ ಕನಸುಗಳು ನಿಜವಾಗಲು ಅವರು ಪ್ರಯತ್ನಿಸುವರು
ನಿಜವಾದರೆ ಅದ ನೋಡಿ ನಾ ಆನಂದಿಸುವೆನು

77. ಸಾಂಕ್ರಾಮಿಕ ರೋಗ

ಸಾಂಕ್ರಾಮಿಕ ರೋಗ

.

ಜಗದಲ್ಲೆಲ್ಲ ಹಾಹಾಕಾರವೇ
ಕೊರೋನಾದ ಅಟ್ಟಹಾಸವೇ
ಅದೆಷ್ಟ ಜನ ತಮ್ಮ ಪ್ರಾಣ ತ್ಯಜಿಸಿದರು
ಅದೆಷ್ಟ ಜನ ತಮ್ಮವರನ್ನು ಕಳೆದುಕೊಂಡರು

.

ಅನಿಸಿತು ನನಗೂ ಕೊರೋನಾ ಕ್ರಿಮಿಯಾಗಬೇಕೆಂದು
ಅನಿಸಿತು ಎಲ್ಲರ ಕಾಡಬೇಕೆಂದು
ನನಗೆ ಬದುಕಲಿ ಉಸಿರು ಕಟ್ಟಿಸಿದ್ದ ಜನಕೆ
ಇಂದೇ ತೊಂದರೆಗೊಳಗಾಗಿಸಿ ಹಾಕುವೆನು ಕೇಕೆ

.

ಸರಿಯಿದ್ದವರನು ಉಸಿರಾಡಲೂ ಬಿಡುವದಿಲ್ಲ
ಲೋಕದ ಜನರು ಮತ್ತೊಬ್ಬರ ಹಿತ ಬಯಸುವದಿಲ್ಲ
ಇರುವಾಗ ಜತೆಯಲಿ ಸಂತಸದಿ ಇರಲಿಲ್ಲ
ಕೊರೋನಾ ಆದಾಗ ಅದರ ಮಹತ್ವ ತಿಳಿಯುವರು ಎಲ್ಲ

.

ಉಹಾಪೋಹಗಳೂ ಕೋರೊನಾದ ಹಾಗೆ
ಒಬ್ಬರಿಂದ ಇನ್ನೊಬ್ಬರಿಗೆ ಹಾರುಡುವ ಹಾಗೆ
ಮಾಸ್ಕ ಹಾಕಿ ಕೊರೋನಾ ತಡೆಯಬಹುದು
ಎಲ್ಲರ ಬಾಯಿ ಹೇಗೆ ಕಟ್ಟಲಾಗುವದು

.

ಹೌದು ಕೊರೋನಾ ತಿಳಿಸಿತು ಬದುಕಿನ ಮಹತ್ವ

ಉಸಿರು ಹೋಗುವಾಗ ಗೊತ್ತಾಯಿತು ಉಸಿರಿನ ಮಹತ್ವ
ಒಬ್ಬರಿಂದ ಒಬ್ಬರಿಗೆ ಒಳ್ಳೆಯದನ್ನು ಹಬ್ಬಿಸೋಣ
ಊಹಾಪೋಹಗಳ ಮಾತನ್ನು ನಿಲ್ಲಿಸೋಣ

78. ಬದುಕಿನ ಸ್ವರ

ಬದುಕಿನ ಸ್ವರ

.

ಸರಿ ಸ್ವರದಲ್ಲಿ, ಸುಂದರ ದನಿಯಲ್ಲಿ
ಹಾಡಿನ ರಾಗಗಳು ಎಷ್ಟು ಸುಂದರ ಬಾಯಲ್ಲಿ
ನಾನೂ ಆಗುವೆ ಒಳ್ಳೆಯ ಹಾಡುಗಾರ
ತಣಿಸುವೆ ಮನಗಳ ಎಲ್ಲರ

.

ಬದುಕಿಗೆ ಸುಂದರ ಹಾಡು ಪಡೆಯಲಿಲ್ಲ
ರಾಗ ತಾಳಗಳು ಎಂದೂ ಕಾಣಲಿಲ್ಲ
ದೇವನು ಒಯ್ಯುತ್ತ ನಡೆಯುತ ಹೋದೆ
ಅವನಿಚ್ಛೆಯ ರಾಗ ನುಡಿಸುತ ನಡೆದೆ

.

ಅದ್ಭುತ ರಾಗ ಸಂಯೋಜಿಸುವ ಆಸೆಯಿತ್ತು
ಎಲ್ಲರೂ ನನ್ನ ಬದುಕು ನೋಡಲಿ ಎಂಬ ಬಯಕೆ ಇತ್ತು
ಅದೇಕೋ ಸುಸ್ವರ ನಾ ಕಾಣದೆ ಹೋದೆ
ಅಪಸ್ವರದಲಿ ನಡೆದ ಬದುಕ ಸಹಿಸದೆ ಹೋದೆ

.

ಅದೆಷ್ಟೋ ಜನ ಕಿವಿ ಗಡಚಿಕ್ಕುವಂತೆ ಹಾಡುವರು
ಬದುಕಿನ ರಾಗಹಾಡುತ ಬೇರೆಯರಿಗೆ ಮುಳ್ಳಾಗುವರು
ತಾವು ಮಾಡಿದ್ದೇ ಸರಿ ಎಂಬಂತೆ ಹಾಡುವರು
ಮತ್ತೊಬ್ಬರ ಮನ ಸದಾ ನೋಯಿಸುವರು

.

ನಾ ಹಾಡುತಿರಲು ಎಲ್ಲರೂ ಮೆಚ್ಚಿಕೊಳ್ಳಬೇಕು

ನನ್ನ ರಾಗಕೆ ತಲೆ ತೂಗುತಿರಬೇಕು
ಹೃದಯ ಹೃದಯಗಳ ಒಂದಾಗಿಸುತ ನಾನು
ಆಗುವೆ ಒಳ್ಳೆಯ ಹಾಡುಗಾರನು

79. ಊರಿಗೊಂದು ಗೂಳಿ

ಊರಿಗೊಂದು ಗೂಳಿ

ಊರಿಗೊಂದು ಗೂಳಿ ಇರುವದೆನ್ನುವರು
ಅದು ಮಾಡಿದ್ದೇ ನಿಜ ಎಲ್ಲರೂ ಅನ್ನುವರು
ಅಂಥ ಗೂಳಿಯನು ಯಾರು ತಾನೇ ತಡುವುವರು
ಅದರಷ್ಟಕ್ಕೆ ಅದನ್ನ ಬಿಟ್ಟು ಬಿಡುವರು

ನಾನೂ ಗೂಳಿಯಂತೆ ಬೀಗುತಿರಬೇಕು
ಮನಬಂದಂತೆ ಬದುಕಲಿ ಬಾಳುತಿರಬೇಕು
ಗೂಳಿಯಂತೆ ಎಲ್ಲರ ಹಿಂಸಿಸದೆ
ಸ್ವೇಚ್ಛೆಯ ಬದುಕಿರಬೇಕು ಯಾರ ಮನ ನೋಯಿಸದೆ

ಸಮಾಜದಲ್ಲಿ ಇಂಥ ಗೂಳಿಗಳಿಗೆ ಕಡಿಮೆಯಿಲ್ಲ
ಮನಬಂದಂತೆ ವ್ಯವಹಾರಿಸುವದನು ಬಿಡುವದಿಲ್ಲ
ಯಾರಾದರೂ ಅವರ ವಿರುದ್ಧವಾದರೆ ಸಾಕು
ಅವರ ತಿಥಿಯಾಗದಿದ್ದರೆ ಅಷ್ಟೇ ಸಾಕು

ನನಗೇಕೋ ಮನಬರುತಿಲ್ಲ ಹಾಗಿರಲು
ಎಲ್ಲರೊಳಗೊಂದಾಗಿ ಜೀವ ಇರಬಯಸಿರಲು
ಗೂಳಿಯಂತೆ ಇರದೆ ಕೂಡಿ ಬಾಳೋಣ
ಎಲ್ಲರ ಜೊತೆ ಸಾಮರಸ್ಯದಿ ನಗುತ ಕಲಿಯೋಣ

ಊರಿನ ಗೂಳಿಗಳ ಬೆಳೆಯ ಬಿಡಬಾರದು

ಅವುಗಳ ಎದುರಿಸದೆ ಸುಮ್ಮನೆ ಇರಬಾರದು
ಬೆಳೆಯಬಿಟ್ಟರೆ ಸಮಾಜ ಹಾಳಾದೀತು
ದುರ್ಜನರ ದಬ್ಬಾಳಿಕೆ ಮುಂದುವರೆದೀತು

೮೦. ಬದುಕಿಗೆ ನವಿಲು ನರ್ತನ

ಬದುಕಿಗೆ ನವಿಲು ನರ್ತನ

ನಾಚುತಿರೆ ನವಿಲು ಎಷ್ಟು ಚೆನ್ನ
ಗರಿಗೆದರಿ ಕುಣಿದಿರೆ ಇನ್ನೂ ಚೆನ್ನ
ನಾನೂ ನವಿಲಿನಂತೆ ಆಗಬೇಕು
ಗರಿಗೆದರಿ ಕುಣಿಯುತ ಸುಖಿಸಬೇಕು

ಮಳೆಯಾದರೆ ಸಾಕು ನವಿಲು ನರ್ತನವೇ
ಋತುಗಳ ಪರಿವರ್ತನೆಯ ಸಂಕೇತವೇ
ಪ್ರತಿ ಋತುವಿನಲ್ಲೂ ನವಿಲಿನಂತಿರಬೇಕು
ನರ್ತಿಸುತ ಬದುಕಲಿ ಆನಂದಿಸಬೇಕು

ನಾನೂ ನವಿಲನಂತೆ ಪ್ರಸನ್ನವಿರಬೇಕು
ಸುಖ ದುಃಖದಲ್ಲಿ ಕೂಡ ನಗುತಿರಬೇಕು
ಎನಾದರೇನಂತೆ ಮನದ ಧೃಡತೆ ಇರಲು
ಮನ ನರ್ತಿಸುತಿರಲು ಜಗ ಸುಂದರವು

ಮನದ ಗರಿಗಳನು ಚದುರಿಸಿ ನಿಲ್ಲುವೆ
ಸ್ವಚ್ಛಂದ ಬದುಕನು ನಾ ಹೊಂದುವೆ
ಇರುವ ಒಂದೇ ಬದುಕನು ಹಾಗೇ ಬಿಡುವದೆ
ನನ್ನ ಮನ ಬಂದಂತೆ ಇರಲಾಗದೆ

ನನ್ನ ಮನದಾಳದಿ ಮುಚ್ಚಿವೆ ವಿಚಾರಗಳು

ಚೇತರಿಸಿ ಕೊಡುವೆ ಅವುಗಳಿಗೆ ಗರಿಗಳನು
ಅವುಗಳು ಹಾರಾಡಿ ಭವಿಷ್ಯವೂ ಸೊಗಸಾಗಿ
ದೂರ ಬಾಳ ಆಗಸದಿ ಕಾಮನಬಿಲ್ಲು ಕಾಣುವೆ

ಚೇತರಿಸಿ ಕೊಡುವೆ ಅವುಗಳಿಗೆ ಗರಿಗಳನು
ಅವುಗಳು ಹಾರಾಡಿ ಭವಿಷ್ಯವೂ ಸೊಗಸಾಗಿ
ದೂರ ಬಾಳ ಆಗಸದಿ ಕಾಮನಬಿಲ್ಲು ಕಾಣುವೆ

81. ಸೈನಿಕನ ಬಲಿದಾನ

ಸೈನಿಕನ ಬಲಿದಾನ

.

ದೇಶ ಸುರಕ್ಷಿತವು ಗಡಿ ಕಾಯುವವರಿಂದ
ಸೈನಿಕನ ಬಲಿದಾನ ಆತ್ಮಸ್ಥೈರ್ಯಗಳಿಂದ
ಆಗಬೇಕು ನಾನೂ ಸೈನಿಕ ದೇಶ ಕಾಯಲು
ಹೆಮ್ಮೆಯಿನಿಸುವದು ಭಾರತಾಂಬೆಯ ಪುತ್ರನಾಗಲು

.

ದೇಶದ ಗಡಿಗಳಲ್ಲಿ ಅದೆಷ್ಟು ಗಂಡಾಂತರವು
ಸೈನಿಕರಿಂದಲೇ ದೇಶ ಸುರಕ್ಷಿತವು
ಅದೇನೇ ಆದರೂ ಈ ಭೂಮಿಯ ಕಾಯುವೆ
ಬಲಿದಾನ ಕೊಟ್ಟಾದರೂ ಜನರ ಸಂರಕ್ಷಿಸುವೆ

.

ಭಾರತ ಮಾತೆಯ ಮಡಿಲಲ್ಲಿ ಆನಂದವು
ನಮ್ಮ ಏಳಿಗೆಯ ಸೂತ್ರಧಾರಳು ಅವಳು
ಅವಳು ನಗುನಗುತಿರಲು ನಮ್ಮ ಏಳಿಗೆಯೂ
ದೇಶದ ಎಲ್ಲೆಡೆ ಸುಖ ಸಮೃದ್ಧಿಯೂ

.

ಗಡಿ ಸುರಕ್ಷಿತವಿರಲು ನಮಗಿಲ್ಲ ಚಿಂತೆ
ಆದರೆ ಮನೆಯವರಿಗೆ ಅವನದೇ ಚಿಂತೆ
ಎಲ್ಲಿ ಸಮಸ್ಯೆ ಶುರುವಾಗುವದೋ ಎನ್ನುವರು
ಮನೆಯಲ್ಲಿ ಸದಾ ಸೈನಿಕನ ಸುರಕ್ಷತೆ ಬಯಸುವರು

.

ದೇಶದ ಒಳಿತಿಗೆ ಕುಟುಂಬ ಮರೆಯುವನು

ಮನೆ, ಹೆಂಡತಿ, ಮಕ್ಕಳ ತೊರೆಯುವನು
ಸುಖಸಂಸಾರಕ್ಕಾಗಿ ಎಲ್ಲ ಹಾತೊರೆಯುವರು
ದೇಶಕ್ಕಾಗಿ ಸೈನಿಕನಂತೆ ಯಾರಿರುವರು

82. ಹರಿದ ಚಪ್ಪಲಿ

ಹರಿದ ಚಪ್ಪಲಿ
.

ಹರಿದ ಚಪ್ಪಲಿಗಳ ಹೊಲಿದು ಕೊಡುವವ
ನಮ್ಮ ಪಾದಕೆ ರಕ್ಷಣೆ ನೀಡುವವ
ಆದರೂ ಉದಾಸೀನತೆ ಅವನ ಬಗೆಗೆ ತಿಳಿಯದು
ಕೊಡುವರು ಬಿಡಿಕಾಸು ಅದೇಕೋ ಅರಿಯದು

.

ಎಲ್ಲರ ಚಪ್ಪಲಿ ನಾ ಹೊಲಿಯುವವನಾಗಬೇಕು
ಅವರು ಅಡೆತಡೆಯಿಲ್ಲದೆ ನಡೆಯುತಿರಬೇಕು
ಅವರು ಸಂತಸದಿ ನಡೆಯುವದನು ನೋಡಿ
ಬಿಡಿಗಾಸು ಕೊಟ್ಟರೂ ಕೂಡ ಸಂತಸ ಪಡೆವೆನು ನೋಡಿ

.

ಬದುಕಿನ ಮಾರ್ಗದಲೂ ನಡೆ ಸುರಕ್ಷಿತವಾಗಿರಬೇಕು
ಮನಸ್ಸಿನ ವಿಕಾರಗಳ ತೆಗೆದೊಗೆಯಬೇಕು
ಆಗ ಸುಗಮದಲಿ ನಡಿಗೆ ಸಾಧ್ಯವು
ಗುರಿಯನು ಸಹಜವಾಗಿ ಮುಟ್ಟಲು ಸಾಧ್ಯವು

.

ಸಂಸ್ಕಾರಗಳ ಅಲಕ್ಷಿಸಿ ನಡೆಯಲಾಗದು
ಬದುಕಿನ ಗುರಿಗಳ ಸಾಧಿಸಲಾಗದು
ನಡೆವ ದಾರಿಯಲಿ ಬದುಕು ಸುಂದರವಾಗಿರಲಿ
ಎಲ್ಲರ ಜೊತೆ ಬಾಂಧವ್ಯದಲಿ ನಡೆಯುತಿರಲಿ

.

ಮತ್ತೆ ಮತ್ತೆ ಚಪ್ಪಲಿ ರಿಪೇರಿ ಮಾಡಲಾಗುವದಿಲ್ಲ

ಬದುಕಲಿ ತಪ್ಪು ಮತ್ತೆ ಮತ್ತೆ ನಡೆಯುವಂತಿಲ್ಲ
ಒಮ್ಮೆ ಮಾಡಿದ ತಪ್ಪು ಬೇಗನೆ ಸುಧಾರಿಸಬೇಕು
ಚಪ್ಪಲಿ ರಿಪೇರಿ ಆದ ನಂತರ ಸರಿ ಉಪಯೋಗಿಸಬೇಕು

83. ಆಳಂತೆ ಬಾಳು

ಆಳಂತೆ ಬಾಳು

.

ಮತ್ತೊಬ್ಬರ ಮನೆಗೆಲಸ ಮಾಡುವಳು
ಅವರ ಮನೆ ಕಸ ಮುಸುರೆ ತೆಗೆಯುವಳು
ಪಾತ್ರೆ ಬಟ್ಟೆ ಎಲ್ಲ ಸ್ವಚ್ಛವಾಗಿಸಿ ಇಡುವಳು
ಕೊಟ್ಟ ಸ್ವಲ್ಪ ದುಡ್ಡಿಗೆ ಖುಷಿಪಡುವಳು

.

ನಾನೂ ಮಾತ್ತೊಬ್ಬರ ಮನೆ ಕೆಲಸ ಮಾಡಬೇಕು
ಅವರ ಮನದ ಮಾತುಗಳ ಅರಿಯಬೇಕು
ಮಾಡುವ ಕೆಲಸ ಯಾರೂ ಹೊಗುಳುವದಿಲ್ಲ
ನಿರ್ಲಕ್ಷ್ಯ ಹೊಂದಿದ ಬದುಕೇ ಆಕೆಗೆ ಪೂರ್ತಿಯಲ್ಲ

.

ನಿರುದ್ಯೋಗದ ಕಾರಣವೂ ಇದೇ ಆಗಿದೆ
ಕೆಲಸದ ಶ್ರದ್ಧೆ ಯಾರಿಗೂ ಇಲ್ಲವಾಗಿದೆ
ಬೇಕು ಎಲ್ಲರಿಗೂ ದೊಡ್ಡ ದೊಡ್ಡ ಕೆಲಸವು
ಬೇಕು ಕೈತುಂಬ ಹಣ ಮಸ್ತಿಯಲಿ ಇರಲು

.

ಆಳಾಗಿ ದುಡಿಯುವದು ಎಷ್ಟು ಕರಿಣವು
ತಮ್ಮ ಸ್ವಾಭಿಮಾನವ ಬಿಡುವದು ಯಾರಿಗೆ ಸಾಧ್ಯವು
ನನ್ನತನವನ್ನು ಕೆಲಸದಾಕೆ ಬಿಡುವಳು
ಎಲ್ಲರಿಗಾಗಿ ಸದಾ ಜೀವಿಸಿರುವಳು

.

ಅದೆಂಥ ಕೆಲಸವಾದರೇನು ಶ್ರದ್ಧೆಯು ಬೇಕು

ನನ್ನತನ ಮರೆತು ಆತ್ಮಚೇತನವಿರಬೇಕು
ಹೇಗಿದ್ದರೇನು, ಏನು ಮಾಡಿದರೇನು ಬದುಕಲಿ
ತನ್ನತನವ ಅರಿಯಲು, ಸಾರ್ಥಕತೆ ಜೀವನದಲಿ

ನನ್ನತನ ಮರೆತು ಆತ್ಮಚೇತನವಿರಬೇಕು
ಹೇಗಿದ್ದರೇನು, ಏನು ಮಾಡಿದರೇನು ಬದುಕಲಿ
ತನ್ನತನವ ಅರಿಯಲು, ಸಾರ್ಥಕತೆ ಜೀವನದಲಿ

84. ಬದುಕಿನ ಹಸಿವು

ಬದುಕಿನ ಹಸಿವು

.

ಹೋಟಲಿನಲ್ಲಿ ತಿಂಡಿಗಾಗಿ ಕಾಯುತಿರಲು
ವೇಟರ್ ರುಚಿ ರುಚಿ ತಿಂಡಿ ತರಲು
ಸ್ವರ್ಗವೇ ಧರಗೆ ಇಳಿದ ಅನುಭವವೇ
ವೇಟರ್ ನ ನೋಡಲು ಅನಿಸುವದು ದೇವರೇ

.

ನಾನೂ ವೇಟರ್ ಆಗಬೇಕು ಅನಿಸಿದೆ
ಎಲ್ಲರಿಗೆ ರುಚಿ ತಿಂಡಿ ಕೊಡಬೇಕೆನಿಸಿದೆ
ಅದರ ಬರುವಿಕೆಗೆ ಅವರು ಕಾಯುತಿರಲು
ಎಷ್ಟು ಸೊಗಸು ಅವರು ತಿನ್ನುತಿರಲು

.

ಒಂದೇ ಒಂದು ದಿನ ಅನ್ನದಾನ ಮಾಡಲಿಲ್ಲ
ಹಸಿವೆಯ ಮಹತ್ವವನು ನಾ ಎಂದೂ ಅರಿಯಲಿಲ್ಲ
ಈಗ ಗೊತ್ತಾಗುತ್ತಿದೆ ಆಹಾರದ ಮಹತ್ವವು
ಬಡವರು ಹಸಿವೆಯಲ್ಲಿ ದಿನ ನರಳುವದು

.

ಹಸಿದವನಿಗೆ ಅನ್ನ ಹಾಕುವದೇ ಸೊಗಸು
ಸಂತೃಪ್ತಿಯಲಿ ಅವನು ಉಣ್ಣುತಿರೆ ಪ್ರಸನ್ನ ಮನಸು
ಮುಖದ ತೃಪ್ತಿ ಎಷ್ಟು ಆನಂದ ಕೊಡುವದು
ಅನ್ನದ ಮಹತ್ವ ಅಂದೇ ತಿಳಿಯುವದು

.

ಮತ್ತೊಬ್ಬರ ಬಗೆಗೆ ಕಳಕಳಿ ಇರಬೇಕು

ಹೃದಯಕೆ ಪ್ರೀತಿಯ ಊಟ ನೀಡಬೇಕು
ಸೌಹಾರ್ದತೆಯಲಿ ಮಾತಾಡಿಸಿ ನೋಡಬೇಕು
ಒಬ್ಬರು ಇನ್ನೊಬ್ಬರ ಹಸಿವೆ ಸರಿ ಅರ್ಥ ಮಾಡಿಕೊಳ್ಳಬೇಕು

85. ಬದುಕಿನ ಗಾಡಿ

ಬದುಕಿನ ಗಾಡಿ

.

ಕಾರು ಕೆಟ್ಟಾಗ ತಿಳಿಯುವದು ಎಷ್ಟು ಕಷ್ಟ
ಅರ್ಧ ದಾರಿಯಲಿ ನಿಲ್ಲುವದು ಯಾರಿಗೆ ಇಷ್ಟ
ಕಾರು ಮೆಕನಿಕ್ ಒಮ್ಮೆಲೇ ನೆನಪಿಗೆ ಬರುವನು
ಅವನ ಕಾಣುತ್ತಲೇ ದೇವರ ಕಂಡಂತಾಗುವದು

.

ಮುಂದಿನ ಯಾತ್ರೆಯ ಸೂತ್ರ ಅವನ ಕೈಯಲ್ಲಿದೆ
ಕಾರು ಮೆಕನಿಕ್ ಎಷ್ಟು ಬೇಗ ರಿಪೇರಿ ಮಾಡುವ ನೋಡಬೇಕಿದೆ
ಅವನು ರಿಪೇರಿ ಮಾಡುತ್ತಲೇ ಎಷ್ಟು ಕೃತಜ್ಞತೆಯು
ಅವನು ಕೇಳಿದಷ್ಟು ಬಿಲ್ಲು ಕೊಟ್ಟು ಸಂತಸ ಪಡುವದು

.

ನನಗೂ ಕಾರು ರೇಪೇರಿ ಮಾಡುವ ಆಸೆಯು
ಜನರ ಮುಖದಲ್ಲಿ ಸಂತಸ ಕಾಣುವ ಆಸೆಯು
ಅವರು ಸಂತಸದಿ ಮುಂದೆ ಪಯಣಿಸಲು
ನನಗೂ ಆನಂದವು ಅವರು ಗುರಿ ತಲುಪಲು

.

ಅದೆಷ್ಟು ಜನರ ಬದುಕಿನ ಗಾಡಿಯೂ ರಿಪೇರಿಯಲ್ಲಿದೆ
ಅದನ್ನು ರಿಪೇರಿ ಮಾಡುವ ಅವಶ್ಯಕತೆಯೂ ಇದೆ
ಮತ್ತೊಬ್ಬರ ಬಗೆಗೆ ಇಲ್ಲಿ ಯಾರಿಗೆ ಕಾಳಜಿಯಿದೆ
ಅವರು ಹಾಳಾದರೇನು ತನ್ನಷ್ಟಕ್ಕೆ ತನ್ನದೇ ಬದುಕು ಎಲ್ಲರದಿದೆ

.

ಹೌದು ಎಲ್ಲರೂ ನಗುತಾ ಇರಬೇಕು

ಬದುಕಿನ ಗಾಡಿ ಸುಸೂತ್ರ ಸಾಗುತಿರಬೇಕು
ನಮ್ಮ ಗಾಡಿಗೆ ಅವರು, ಅವರ ಗಾಡಿಗೆ ನಾವು
ಸಾಗಬೇಕು ಜೊತೆಯಾಗಿ, ಅಂದರೆ ಸುಖಿಸುವೆವು

86. ನಿಸ್ವಾರ್ಥದಲಿ ಸಿಸ್ಟರ್

ನಿಸ್ವಾರ್ಥದಲಿ ಸಿಸ್ಟರ್

ಆಸ್ಪತ್ರೆಯಲಿ ಎಲ್ಲೆಡೆ ಸೇವೆ ಸಲ್ಲಿಸುತ
ಎಲ್ಲರ ಮೊಗದಲಿ ಸಂತಸವ ತರುತ
ಸದಾ ನಿಸ್ವಾರ್ಥ ಸೇವೆಯಲ್ಲಿರುವಳು
ಎಲ್ಲರೂ ಸಿಸ್ಟರ್, ಸಿಸ್ಟರ್ ಎಂದು ಕರೆಯುವರು

ನನಗೂ ಸಿಸ್ಟರ್ ಆಗುವ ಆಸೆಯಿದೆ
ಆಸ್ಪತ್ರೆಯ ರೋಗಿಗಳ ಉಪಚಾರಿಸುವ ಮನಸಿದೆ
ಅವರ ಸೇವೆ ದೇವರ ಸೇವೆಯಂತೆಯೇ
ಅವರ ನಗುವು ದೇವರ ಆಶೀರ್ವಾದದಂತೆಯೇ

ನಿಸ್ವಾರ್ಥದಲಿ ಸೇವೆ ಎಷ್ಟು ಸೊಗಸಾಗಿದೆ
ನಿರ್ಗತಿಕರಿಗೆ ಉಪಚಾರ ಮನಕೆ ಸಂತಸ ನೀಡಿದೆ
ಹಗಲು ರಾತ್ರಿಯೆನದೆ ಸೇವೆ ಮಾಡುವೆ
ನನ್ನ ಬದುಕಿನ ಪ್ರತಿಕ್ಷಣ ಸಾರ್ಥಕಗೊಳಿಸುವೆ

ಮತ್ತೊಬ್ಬರ ಸೇವೆಯ ಭಾವ ಅತಿ ವಿರಳವೆ
ಪ್ರೀತಿಯಲಿ ಎಲ್ಲರ ಕಾಣುವದು ಕಠಿಣವೆ
ಸ್ವಲ್ಪ ಹೃದಯ ವೈಶಾಲ್ಯತೆ ಬೆಳೆಸಿ ನೋಡೋಣ
ಎಲ್ಲರನೂ ಪ್ರೀತಿಯಲಿ ಕಾಣುತ ಇರೋಣ

ಆಸ್ಪತ್ರೆಯ ನರನಾಡಿಯಾಗಿ ಸಿಸ್ಟರ್ ಇರುವಳು

ಅವಳ ಕಾರಣಕೆ ರೋಗಿಗಳು ಗುಣ ಹೊಂದುವರು
ಅವಳ ಸ್ಥಾನ ದೇವರಿಗೆ ಸಮಾನವು
ಅವಳು ಇರುತಿರೆ ಎಲ್ಲೆಡೆ ನಗುವು

87. ಎಲ್ಲರ ಹಿತಕ್ಕೆ ಮಂತ್ರಿ

ಎಲ್ಲರ ಹಿತಕ್ಕೆ ಮಂತ್ರಿ

ಮಂತ್ರಿಯಿಂದೊಡನೆ ಅನೇಕ ವಿಚಾರವು
ಒಳ್ಳೆಯದು, ಕೆಟ್ಟದ್ದು ಮಂತ್ರಿಯ ಸ್ವಭಾವವು
ಅದೆಷ್ಟೋ ಒಳ್ಳೆಯ ಕೆಲಸ ಅವನಿಂದ ಆಗಿವೆ
ಆದರೂ ಅದೆಷ್ಟೋ ಕೆಲಸಗಳು ಅವನಿಂದ ನಿಂತಿವೆ

ಅದೇಕೆ ಮಂತ್ರಿ ಎಲ್ಲ ಕೆಲಸ ಮಾಡಲಾರ
ಅವನೇಕೆ ಪ್ರಜೆಗಳ ಕಷ್ಟ ನೋಡಲಾರ
ನೂರೆಂಟು ವಿಚಾರಗಳು ತಲೆಗೆ ಬರುವವು
ಯಾಕೆ ಕೆಲಸಗಳು ಆಗುತಿಲ್ಲ ತಿಳಿಯದೇ ಹೋಗುವವು

ನನಗೂ ಮಂತ್ರಿಯಾಗುವ ಆಸೆಯು
ದೊಡ್ಡ ದೊಡ್ಡ ಕೆಲಸಗಳನು ನಿರ್ಧರಿಸುವ ಆಸೆಯು
ದೇಶದ ಹಿತಕ್ಕಾಗಿ ಕೆಲಸ ಮಾಡುವೆನು
ಕೆಲಸಕೆ ಅಡೆತಡೆಗಳೇಕೆ ಇಂದೇ ಅರಿಯುವೆನು

ಮಂತ್ರಿ ಎಂದರೆ ಆರಾಮ ಮಾಡುವವನು
ಅಲ್ಲಲ್ಲಿ ಉದ್ಘಾಟಿಸಿ ರಿಬ್ಬನ್ ಕಟ್ಟು ಮಾಡುವವನು
ಜನರ ಕಡೆಗೆ ಹೊಗಳಿಸಿಕೊಳ್ಳುವವನು
ಏನೆಲ್ಲಾ ರೂಪದಲಿ ಅವನು ಎಲ್ಲರ ಮನಕೆ ಕಾಣುವನು

ಲಂಚಖೋರ ಮಂತ್ರಿಗಳೂ ಉಂಟು

ಹಾಗೆಯೇ ಪ್ರಜಾಹಿತದವರೂ ಉಂಟು
ಕೆಟ್ಟವರಾದವರನು ಮಂತ್ರಿಪದದಿಂದ ಇಳಿಸೋಣ
ಒಳ್ಳೆಯ ಮಂತ್ರಿಗಳನು ಸದಾ ಸನ್ಮಾನಿಸೋಣ

88. ಬದುಕೊಂದು ಪ್ರವಾಸ

ಬದುಕೊಂದು ಪ್ರವಾಸ

.

ಊರೂರು ಅಲೆಯುತ ಸೃಷ್ಟಿಯ ನೋಡುತ
ಎಲ್ಲೆಡೆ ಕಾಣುವ ಜನರ ಜೊತೆ ಸೇರುತ
ಯಾತ್ರೆ ಮಾಡುತಿರಲು ಆದೆಷ್ಟು ಚಂದವು
ಪ್ರವಾಸಿಗನಾಗಿ ದಿನ ಕಳೆಯಲು ಅದ್ಭುತವು

.

ನನಗೂ ದೇಶಗಳ ಸುತ್ತುವಾಸೆಯು
ಅಲ್ಲಿಯ ಮಹತ್ತತೆಯನು ಅರಿಯುವ ಆಸೆಯು
ಆಚಾರ ವಿಚಾರಗಳು ಹೇಗೆ ಬದಲಾಗುತ್ತವೆ
ದೇಶ ವಿದೇಶಗಳ ಅಲೆಯುವೆ ಜನಮನವ ಅರಿಯುವೆ

.

ಪ್ರವಾಸಿಗರು ನಾವೆಲ್ಲ ಬದುಕಿನ ಪಯಣದಲ್ಲಿ
ಆದರೂ ಸ್ವಲ್ಪ ಜಾಸ್ತಿಯೇ ಅನ್ಯೋನ್ಯತೆ ಇಲ್ಲಿ
ಪ್ರವಾಸಿಗರಂತೆ ಇರಲಾಗಿ ಜಗದಲಿ ದುಃಖವಿಲ್ಲ
ನಾನು ನನ್ನವರು ಎನ್ನುವ ಒಣ ವ್ಯಾಪವಿಲ್ಲ

.

ಅವರವರ ಇಚ್ಛೆಯಂತೆ ಎಲ್ಲರ ಪ್ರವಾಸವು
ಅವರವರ ಗುರಿಗಳ ಅವರೇ ತಲುಪುವರು
ನಮ್ಮ ಜೊತೆಗಿದ್ದಷ್ಟೂ ಕಾಲ ಸಂತಸದಿ ಇರೋಣ
ಬೇರೆಯಾದರೆ ದುಃಖಿಸದೆ ಪ್ರವಾಸ ಮುಂದುವರೆಸೋಣ

.

ಪ್ರವಾಸದ ಉದ್ದೇಶ ಸುಖ ಪಡೆಯುವದಾಗಿದೆ

ಬದುಕಿನ ಉದ್ದೇಶವೂ ಆನಂದಿಸುವದೇ ಇದೆ
ಆದರೂ ಅದೆಷ್ಟು ತಲೆಕೆಡಿಸಿಕೊಳ್ಳುವರು ಬದುಕಲ್ಲಿ
ಅದೇಕೋ ಮರೆತುಬಿಡುವರು ಬದುಕು ಪ್ರವಾಸವಿಲ್ಲಿ

89. ತಲೆಗೆ ಟೋಪಿ

ತಲೆಗೆ ಟೋಪಿ

.

ಟೋಪಿ ಹಾಕುತ್ತಲೇ ಏನೋ ಬದಲು
ಮನಕೆ ಅದೇನೋ ಹೊಸ ಭಾವ ತರಲು
ಅದೇನೋ ಹೀರೋ ಆದಂತೆ ಅನುಭವ ಕೆಲವರಿಗೆ
ಅದೇನೋ ಹೊಸ ಬಾಳು ಕಂಡಂತೆ ಕೆಲವರಿಗೆ

.

ಮೊದಲಿನ ಕಾಲಕ್ಕೆ ಕಿರೀಟವಿತ್ತು
ರಾಜರ ವಿಚಿತ್ರದ ರೀವಿಯಿತ್ತು
ಜನರನು ಆಳಿ ಅವರನು ಹಿಂಸಿಸುವ ರಾಜರಿದ್ದರು
ತಮ್ಮಿಚ್ಛೆಯಂತೆ ಎಲ್ಲ ಪಡೆದುಕೊಳ್ಳುತ್ತಿದ್ದರು

.

ಅದೇನೋ ಈಗೀಗ ಬೇರೆಯವರಿಗೆ ಟೋಪಿಯು
ಕಂಡಕಂಡವರಿಗೆ ಒಳ್ಳೆಯ ಮಾತಲಿ ಟೋಪಿಯು
ಮುಖದಲಿ ಸುಂದರ ನಗೆ ಬೇರುವರು
ಟೋಪಿಯ ಗೊತ್ತಿಲ್ಲದಂತೆ ಹಾಕಿಯೇ ಬಿಡುವರು.

.

ನನಗೋ ಟೋಪಿಯ ಹಾಕುವ ಆಸೆಯು
ಟೋಪಿ ಹಾಕಿ ಸ್ವರೂಪ ಬದಲಿಸುವ ಆಸೆಯು
ಅದೇನೋ ತಾವಿರುವ ಸ್ವರೂಪ ಮೆಚ್ಚಿಗೆಯಿಲ್ಲ
ಹೊಸತೇನೋ ತರುವ ಕಾತರ ಮನದಲ್ಲಿ

.

ಟೋಪಿ ಹಾಕಿಸಿಕೊಳ್ಳಲು ಯಾರಿಷ್ಟ ಪಡುವರು

ಆದರೂ ಸವಿಮಾತಿಗೆ ಎಲ್ಲ ಮರುಳಾಗುವರು
ಸ್ವಲ್ಪ ಏರಿಸಿ ಕೂಡಿಸಲು ತಮ್ಮನ್ನೇ ಮರೆಯುವರು
ಗೊತ್ತಿಲ್ಲದೆ ಬೇರೆಯವರಿಂದ ಟೋಪಿ ಹಾಕಿಸಿಕೊಳ್ಳುವರು

೯೦. ಬದುಕಿಗೆ ಗೈಡ್

ಬದುಕಿಗೆ ಗೈಡ್

.

ಪ್ರವಾಸದಲಿ ಗೈಡ್ ಇರಲು ಎಷ್ಟು ಒಳ್ಳೆಯದು
ಪ್ರತಿಯೊಂದರ ಬಗೆಗೆ ಅವನು ವಿವರಣೆ ಕೊಡುವುದು
ಅದೆಷ್ಟು ವಿಷಯಗಳು ನಮಗೆ ನಾವೇ ಅರಿಯಲಾಗುವದಿಲ್ಲ
ಗೈಡ್ ಇರಲು ಪ್ರತಿ ವಿಷಯ ತಿಳಿಯದೇ ಬಿಡುವದಿಲ್ಲ

.

ನಾನೂ ಒಬ್ಬ ಗೈಡ್ ಆಗಬೇಕು ಅನಿಸಿದೆ
ಬದುಕಿನ ಆಸಕ್ತಿ ಜನರಲಿ ಕೆರಳಿಸಬೇಕಿದೆ
ಬದುಕು ಕೂಡ ಒಂದು ಪ್ರವಾಸದಂತೆಯೇ
ಬದುಕಿನ ಅನುಭವ ಗೈಡದಂತೆಯೇ

.

ಪ್ರತಿಯೊಬ್ಬರ ಬದುಕು ಕೂಡ ವಿಶಿಷ್ಟವೆ
ನನ್ನ ಬದುಕಿನ ಪರಿಯು ಆತನಿಂದ ಬೇರೆಯೇ
ಅವನ ಬದುಕಿನ ಅನುಭವ ನಾ ಕೇಳಬೇಕು
ಬದುಕಿನ ಆಳವನ್ನು ಚೆನ್ನಾಗಿ ನಾ ಅರಿಯಬೇಕು

.

ಬದುಕು ಹೇಗಿರಬೇಕೆಂದು ಎಲ್ಲ ಉಪದೇಶಿಸುವರು
ನಿಜವಾಗಿ ಆ ರೀತಿ ಅದೆಷ್ಟು ಜನ ಇರುವರು
ಗೈಡನ ಮಾರ್ಗದರ್ಶನ ಪ್ರವಾಸದಲ್ಲಿ ಬೇಕೆ ಬೇಕು
ನಿಜ ಜೀವನದ ಪ್ರವಾಸದಲ್ಲಿ ಅನುಭವವೇ ಬೇಕು

.

ಹೌದು ಬದುಕಿಗೆ ನಾ ಗೈಡ ಆಗುವೆ

ನನ್ನಿಚ್ಛೆಯ ಬದುಕನು ನಾ ರೂಪಿಸುವೆ
ಹೊಸ ಸೊಬಗು ಪ್ರವಾಸದಂತೆ ಬದುಕು ಕಾಣಲಿ
ಸದಾ ಆನಂದಿಸುತ ಬದುಕಿನ ಪಯಣ ಸಾಗಲಿ

ನನ್ನಿಚ್ಛೆಯ ಬದುಕನು ನಾ ರೂಪಿಸುವೆ
ಹೊಸ ಸೊಬಗು ಪ್ರವಾಸದಂತೆ ಬದುಕು ಕಾಣಲಿ
ಸದಾ ಆನಂದಿಸುತ ಬದುಕಿನ ಪಯಣ ಸಾಗಲಿ

೯1. ನೀರಂತೆ ಬೆರೆ

ನೀರಂತೆ ಬೆರೆ

.

ಕುಡಿಯಲು ಬೇಕು ನೀರು, ನೀರಡಿಕೆಗೆ
ಸ್ನಾನಕೆ ಬೇಕು ನೀರು ಪ್ರಸನ್ನತೆಗೆ
ನೀರಿನ ಮಹತ್ವವ ಏಕೋ ಜನ ಅರಿತಿಲ್ಲ
ನೀರಿಲ್ಲದೆ ಬದುಕಿನ ಒಂದು ದಿನವೂ ಇಲ್ಲ

.

ನಾನೂ ನೀರಾಗಬೇಕು ಎಲ್ಲರ ತಣಿಸಬೇಕು
ಅವರವರ ಸ್ವಭಾವದೊಂದಿಗೆ ಬೇರೆಯಬೇಕು
ನೀರಂತಿರಲು ಚೆನ್ನಾಗಿ ಹೊಂದಿಕೊಳ್ಳುವೆ
ಅಹಂದಲ್ಲಿರಲು ಎಲ್ಲರಿಂದ ದೂರಾಗುವೆ

.

ಕಣ್ಣೀರ ಕೋಡಿಯೆ ಹರಿದರೂ ಯಾರು ಕೇಳುವರಿಲ್ಲಿ
ಬಡವನ ಗೋಳನು ಯಾರು ಆಲಿಸುವರಿಲ್ಲಿ
ಒಂದು ಹನಿ ಕಣ್ಣಿನ ನೀರನೂ ಅರಿಯಬೇಕು
ಎಲ್ಲರ ದುಃಖಿಕೆ ಪರಿಹಾರವ ಕಂಡುಕೊಳ್ಳಬೇಕು

.

ಸಂತಸದಲೂ ಕಣ್ಣೀರು ಹರಿಯುವದುಂಟು
ಪ್ರತಿ ಸುಂದರ ಕ್ಷಣಕೆ ಬೆಲೆಯುಂಟು
ಇಂಥ ಕಣ್ಣೀರು ಹರಿಸಲು ಸದಾ ಪ್ರಯತ್ನಿಸೋಣ
ಸಂತಸದ ಕ್ಷಣಗಳ ಬೆಳೆಸುತ ಸಾಗೋಣ

.

ನಾ ಮಳೆ ನೀರಾಗಲು ಬೆಳೆಯ ಕಾಣುವೆ

ನಾ ನದಿ ನೀರಾಗಲು ಸಮೃದ್ಧಿ ಕಾಣುವೆ
ಸಮುದ್ರದ ನೀರಾದರೆ ಸಾಕು ಆಳವನೇ ಅರಿಯವು
ಎಲ್ಲರ ಬದುಕಿನ ಆಳ ಎಂದೂ ತಿಳಿಯವು

ನಾ ನದಿ ನೀರಾಗಲು ಸಮೃದ್ಧಿ ಕಾಣುವೆ
ಸಮುದ್ರದ ನೀರಾದರೆ ಸಾಕು ಆಳವನೇ ಅರಿಯವು
ಎಲ್ಲರ ಬದುಕಿನ ಆಳ ಎಂದೂ ತಿಳಿಯವು

೯೨. ಬದುಕಿನ ಬಟ್ಟೆ

ಬದುಕಿನ ಬಟ್ಟೆ

.

ನೂರೆಂಟು ಬಟ್ಟೆಗಳ ಕ್ಷಣದಲಿ ಹರಡುವ
ನಮ್ಮ ಮನದ ಆಯ್ಕೆಗೆ ಕಾಯುವ
ಆತನೇ ಅಂಗಡಿಯಲಿ ಬಟ್ಟೆ ತೋರಿಸುವವ
ನಮ್ಮ ಮೈ ಮನಕೆ ಸುಂದರ ಬಣ್ಣ ಕೊಡುವವ

.

ಎಲ್ಲರ ಆಯ್ಕೆಯೂ ಒಂದೇ ಥರವಲ್ಲ
ಕೆಲವರಿಗೆ ಬಿಳಿಯಾದರೆ, ಕೆಲವರಿಗೆ ಮತ್ತೇನೆಲ್ಲ
ತಮಗೆ ಬೇಕಾದ ಡಿಜ್ಯೆನ್ ಆಯ್ಕೆ ಮಾಡುವರು
ಸುಂದರ ವೇಶಗಳಲಿ ತಮ್ಮನೆ ಮೆರೆಸುವರು

.

ನನಗೂ ಆಸೆಯಿದೆ ಬಟ್ಟೆ ತೋರಿಸಬೇಕು ಎಲ್ಲರಿಗೆ
ಅವರು ಮೆಚ್ಚುವಂತೆ ಮಾಡಬೇಕೆಲ್ಲರಿಗೆ
ಉಡುವ ಬಟ್ಟೆಯ ಬಗೆಗಿನ ಉತ್ಸಾಹ ನೋಡುವೆ
ಎಲ್ಲರ ಬದುಕಿನ ಬಗೆಗಿನ ಆಸಕ್ತಿ ಕಾಣುವೆ

.

ಬದುಕಿನ ಉದ್ದಕ್ಕೂ ಬಟ್ಟೆಗುಳುಂಟು
ಬೇಸರವಾದರೆ ಬದಲಿಸುವದೂ ಉಂಟು
ಒಬ್ಬ ಡಾಕ್ಟರ್ ವೃತ್ತಿಯ ಮಾಡುವಾದಾದರೆ
ಇನ್ನೊಬ್ಬ ಸಂತಸಪಡುವ ಮತ್ತೊಂದು ವೃತ್ತಿಯಾದರೆ

.

ಹುಟ್ಟಿದ ಪ್ರತಿಯೊಬ್ಬನಿಗೂ ಬಟ್ಟೆಯಿದೆ

ಬದುಕಿನ ಸುಂದರ ಭಾವದ ಹೊದಿಕೆಯಿದೆ
ಆ ಬಟ್ಟೆಯ ಭಾವವನು ವ್ಯಕ್ತಪಡಿಸೋಣ
ಸುಂದರ ಆದರ್ಶ ಜೀವನ ನಮ್ಮದಾಗಿಸೋಣ

೯೩. ಮಾತಿನ ಮಹಿಮೆ

ಮಾತಿನ ಮಹಿಮೆ

.

ಬಾಯಿಂದ ಹೊರಬಂದ ಮಾತು
ಹೇಳುವದು ಅವನ ಬಗ್ಗೆ ಎನಿತು
ಮೃದುಭಾಷಿಯೋ, ಕಠೋರದವನೋ
ಕಲ್ಪನೆ ಕೊಡುವುದು, ಅವನು ಹೇಗಿರುವನೋ

.

ಅನಿಸುತಿದೆ ನನಗೂ ಮಾತಾಗಬೇಕು
ಒಳ್ಳೆಯ ಮಾತಾಗಿ ಮನಸೂರೆಗೊಳ್ಳಬೇಕು
ಒಳ್ಳೆಯ ಮಾತು ಒಳ್ಳೆಯ ಹೃದಯದಿಂದಲೇ
ಕೆಟ್ಟ ಮಾತು ಕೆಟ್ಟ ಮನದವನಿಂದಲೇ

.

ಮಾತು ಅದರ ಭಾವ ಪರಿಚಯಿಸುವದು
ಪ್ರೀತಿಯೋ ವಿರಸವೋ ಹೇಳಿಬಿಡುವದು
ಮಾತು ಹೊರಬರುತಿರೆ ವ್ಯಕ್ತಿತ್ವದ ಬಯಲು
ಜನ ಆಕರ್ಷಿತರು ಒಳ್ಳೆಯ ಮಾತಿರಲು

.

ಮಾತು ಕಿವಿ ಸೇರುತ್ತಲೇ ಎಲ್ಲ ಸಚೇತನರು
ಕೆಟ್ಟಿದ್ದರೆ ಒಮ್ಮೆಲೇ ಮುಗಿದು ಬೀಳುವರು
ಒಳ್ಳೆಯದಾದರೆ ಬರಮಾಡಿ ಅಪ್ಪಿಕೊಳ್ಳುವರು
ಅನ್ಯೋನ್ಯತೆಯಲಿ ಎಲ್ಲರ ಮಾತಾಡಿಸುವರು

.

ನಮ್ಮ ಮಾತು ಬಿರುಸಾದರೂ ನಡೆದೀತು

ಭಾವ ಬೆಣ್ಣೆಯ ಮೃದುತ್ವ ಹೊಂದಿರಲಿ
ಮಾತಲಿ ಮತ್ತೊಬ್ಬರ ಇರಿಯುವದೇಕೆ
ಇರುವಾಗಲೇ ಅವರ ಕೊಲ್ಲುವದೇಕೆ

೯೪. ಕಟೆದು ರೂಪಗೊಳ್ಳುವ ಬದುಕು

ಕಟೆದು ರೂಪಗೊಳ್ಳುವ ಬದುಕು

.

ಗುಡ್ಡದ ಕಲ್ಲೊಂದು ಕಟೆದು ಮೂರ್ತಿಯಾಯಿತು
ಸುಂದರ ಭಾವದಲಿ ಎಲ್ಲರ ಮೆಚ್ಚುಗೆ ಪಡೆಯಿತು
ದೇವರ ಭಾವ ಅದು ಕಂಡುಕೊಳ್ಳಲು
ಜನರೆಲ್ಲ ಅದಕ್ಕೆ ನಮಿಸುತ ದಿನವೂ ಪೂಜಿಸುತಲಿರಲು

.

ನಾನೂ ಒಂದು ಮೂರ್ತಿಯಾಗಬೇಕು
ಬದುಕಿನ ಕಷ್ಟಗಳ ಅನುಭವಿಸಬೇಕು
ನನ್ನ ಕಷ್ಟಗಳು ನನಗೆ ರೂಪ ಕೊಡುವವು
ಬಂದ ಆಪತ್ತುಗಳು ಸುಂದರತೆ ಹೆಚ್ಚಿಸುವವು

.

ಸಂಸಾರದಲಿ ಅದೆಷ್ಟು ಕಡೆ ಕಟೆಸಿಕೊಳ್ಳಬೇಕು
ಕಷ್ಟ ಸುಖಗಳ ಸವಿಯ ಕಾಣಬೇಕು
ಬಂದೆಲ್ಲ ನೋವು ನಲಿವುಗಳ ಎದುರಿಸುತಿರಲು
ಸುಂದರ ಮೂರ್ತಿಯ ಸ್ವರೂಪ ನಾ ಪಡೆದಿರಲು

.

ಎಲ್ಲರಿಗೂ ಸುಂದರ ಮೂರ್ತಿಯ ಸ್ವರೂಪ ಎಲ್ಲುಂಟು
ಮಹಾಪುರುಷರಂತೆ ವ್ಯಕ್ತಿತ್ವ ಎಲ್ಲುಂಟು
ಪರಿಸರವೆ ಒಂದು ಕಲಾಕಾರನಾಗುವದು
ಅದ್ಭುತ ವ್ಯಕ್ತಿತ್ವವ ಕೆಲವರಿಗೆ ಮಾತ್ರ ಕೊಡುವದು

.

ಅಂತ ಪುರುಷರು ಪೂಜಿಸಲ್ಪಡುವರು
ಅವರು ನಡೆದ ದಾರಿಯ ಎಲ್ಲ ಹೊಗಳುವರು
ಅವರಂತೆ ತಾವಾಗಬೇಕೆಂಬ ಇಚ್ಛೆಯೂ ಬರಬಹುದು
ಆದರೂ ಅವರಂತೆ ಕೆಲವರೇ ಆಗಬಹುದು

95. ಕಾಡು ಮೃಗದ ಬದುಕು

ಕಾಡು ಮೃಗದ ಬದುಕು

ಕಾಡಿನಲಿ ವಿಹರಿಸುವ ಮೃಗಗಳ ನೋಡು
ಅವುಗಳು ಇರುವ ವಿಚಿತ್ರ ರೀತಿಯ ನೋಡು
ಎದ್ದಾಗಲೇ ಹಗಲು ಮಲಗಿದಾಗಲೇ ರಾತ್ರಿಯು
ಸಂಗಾತಿಯ ಜೊತೆ ಸ್ವಚ್ಛಂದ ಸಮಾಗಮವು

ಕಂಡ ಹಣ್ಣುಗಳ ತಿನ್ನುವವು, ಟೊಂಗೆ ಮುರಿಯುವವು
ಪುಟ್ಟ ಪ್ರಾಣಿಗಳ ಕೊಂದು ತಿಂದೆ ಬಿಡುವವು
ಎಲ್ಲಿದೆ ಭಾವ ಕರುಣೆ, ಪ್ರೀತಿಯದು
ಅವಕಿದೆ ಕೇವಲ ಮನಬಂದಂತೆ ಇರುವದು

ನಾನೂ ಕಾಡಿನ ಮೃಗದಂತಾಗಬೇಕು
ಯಾರ ಹಂಗಿಗೂ ಬಾಳದೆ ನನ್ನದೇ ನಿಯಮವಿರಬೇಕು
ಬಾಯಿ ಬಿಚ್ಚಿದರೆ ಹಾಡು, ಕಚ್ಚಿದರೆ ವಿಷವು
ನಾ ಏನು ಮಾಡಿದರೂ ಅದಕೆ ನಾ ಸ್ವತಂತ್ರವು

ಅದೆಷ್ಟು ಜನ ಈ ರೀತಿ ಕಾಡು ಮೃಗಗಳಿಲ್ಲ
ಮತ್ತೊಬ್ಬರ ಪರಿವೆ ಇಲ್ಲದೆ ಬದುಕುವವರಲ್ಲ
ದುಷ್ಟರ ರೀತಿ ವರ್ತಿಸುತ ಪ್ರತಿ ದಿನವೂ
ಜನರ ಹಿಂಸಿಸುತ ಹಗಲು ರಾತ್ರಿಯೂ

ನಾವೆಲ್ಲ ಒಂದೆಂಬ ಭಾವವಿರಬೇಕು

ಕಾಡುಮೃಗಗಳಂತೆ ವರ್ತನೆ ಬಿಡಬೇಕು
ಎಲ್ಲರೂ ಸುಖಿಸೋಣ, ಕಷ್ಟ ಸುಖಿಕಾಗೋಣ
ಮತ್ತೊಬ್ಬರ ನಗುವಲ್ಲಿ ನಕ್ಕು ನಲಿಯೋಣ

೯೬. ವಿದ್ಯಾರ್ಥಿಯಂತೆ ಬದುಕು

ವಿದ್ಯಾರ್ಥಿಯಂತೆ ಬದುಕು

.

ವಿದ್ಯಾರ್ಥಿಯಾಗಿರಲು ಎಷ್ಟು ಸುಂದರವು
ಪೂರ್ತಿದಿನ ಕೇವಲ ವಿದ್ಯಾರ್ಜನೆ ಮಾಡುವದು
ಹೊಸ ಹೊಸ ವಿಷಯಗಳ ಮನಗೊಟ್ಟು ಕಲಿಯುವದು
ಬದುಕಿನ ಅನುಭವ ಮಾತ್ರ ನಂತರ ಪಡೆಯುವದು

.

ನನಗೂ ವಿದ್ಯಾರ್ಥಿ ಆಗುವ ಆಸೆ
ಬಾಲ್ಯದಲ್ಲಿ ಮಾಡಿದ ತಪ್ಪುಗಳ ತಿದ್ದುವ ಆಸೆ
ಗಿಳಿಪಾಠ ಮಾಡದೆ ಮನಕಿಳಿಯುವಂತೆ ಓದುವೆ
ಬದುಕಿನ ಅನುಭವಗಳನು ಆಗಿಂದಲೇ ಕಲಿಯುವೆ

.

ಸೃಷ್ಟಿಯಲಿ ಅದೆಷ್ಟು ವಿಸ್ಮಯವಿದೆ ನೋಡಿ
ಕಲಿಯಲು ಮುಗಿಯದಷ್ಟೂ ವಿಷಯಗಳಿವೆ ನೋಡಿ
ಕಲಿಯುವ ಮನಸ್ಸಿದ್ದರೆ ಜೀವನಪೂರ್ತಿ ಕಲಿಯುವದಿದೆ
ಹೊಸ ಹೊಸ ವಿಷಯ ಕಲಿಯುತ ಗುರಿ ತಲುಪುವದಿದೆ

.

ಕಲಿಯುವ ಇಚ್ಛೆಯಿರಲು ಸೃಷ್ಟಿಯೂ ಗುರುವಾಗುವದು
ಸ್ವಲ್ಪ ಆಸಕ್ತಿಯಿರೆ ಹೊಸ ವಿಷಯ ಕಲಿಯಬಹುದು
ಸೃಷ್ಟಿಯಲಿ ಒಂದಾಗಿ ಹೊಸ ವಿಷಯ ಕಲಿಯುತಿರಲು
ತನ್ನತನವನೆ ಮರೆಯುತ ಸೃಷ್ಟಿಕರ್ತನ ಜೊತೆಯಿರಲು

.

ಜಗದಲಿ ಎಲ್ಲ ಈಗ ಕಲಿಸುವವರೆ

ಸ್ವಲ್ಪ ಅವಕಾಶ ಕೊಟ್ಟರೆ ಉಪದೇಶಿಸುವವರೆ
ಕಲಿಯುವ ಇಚ್ಛೆ ಯಾರಿಗಿದೆ ಜಗದಲಿ
ಇಚ್ಛೆಯಿರುವವರು ಉನ್ನತಿ ಸಾಧಿಸಿದರಿಲ್ಲ

೯೭. ಪುಸ್ತಕದ ಹುಳು

ಪುಸ್ತಕದ ಹುಳು

.

ಪುಸ್ತಕದ ಹುಳುವಾಗಲು ಎಷ್ಟು ಮಜವು
ಏನೆಲ್ಲಾ ಜ್ಞಾನ ಸಿಗುವದು ಖಚಿತವು
ಪುಸ್ತಕವೇ ಒಂದು ಲೋಕ ವಿಹರಿಸುವದದರಲ್ಲಿ
ಹೊಸ ವಿಷಯಗಳ ಬಗೆಗೆ ಕಲಿಯುವದು ಜಗದಲ್ಲಿ

.

ಕೆಲವರಿಗೆ ಕಾದಂಬರಿಯ ಹುಚ್ಚಿದೆ
ಕಾದಂಬರಿಯ ಪಾತ್ರಗಳೇ ತಾವಾಗಿ ಬಿಡುವದಿದೆ
ಪಾತ್ರಗಳು ಅತ್ತಾಗ ತಾವೂ ಅಳುವರು
ಅವುಗಳ ನಗುವಲ್ಲಿ ತಾವೂ ನಗುವರು

.

ಜಗದ ಎಷ್ಟೋ ಜ್ಞಾನ ಈಗ ಪುಸ್ತಕದಲ್ಲೇ ಇದೆ
ನಾನು ಪುಸ್ತಕನಾದರೆ ತಿಳಿಯುವದು ಏನೆಲ್ಲಾ ಇದೆ
ಪುಸ್ತಕ ಬರೆದವರ ಪರಿಶ್ರಮ ಅದರಲ್ಲಿ ಅಡಗಿದೆ
ಅವನರಿತ ಹೊಸ ವಿಷಯಗಳ ಪ್ರಸ್ತಾವನೆ ಅದರಲ್ಲಿದೆ

.

ಪುಸ್ತಕದಿಂದ ಸಿಗುವ ಜ್ಞಾನ ಅಪಾರವು
ನಿಜಜೀವನದಲ್ಲಿ ಅದರ ಉಪಯೋಗ ಅಮೋಘವು
ಓದಿದ್ದನ್ನು ಅರ್ಥ್ಯಸಿಕೊಂಡಾಗಲೇ ಸಾರ್ಥಕವು
ನಿಜಜೀವನದಲ್ಲಿ ಅನುಭವಿಸಿದಾಗಲೆ ಅದರ ಮಹತ್ವವು

.

ಚಿಕ್ಕ ಪುಸ್ತಕದಲ್ಲಿ ಸೃಷ್ಟಿಯ ಸತ್ಯವಿದೆ

ಬದುಕಿನ ನೂರೆಂಟು ಅನುಭವದ ಮಾತಿದೆ
ಪುಸ್ತಕವು ನಮ್ಮ ಬದುಕಿನ ಸಂಗಾತಿಯಾಗಿರಲಿ
ಅದರಿಂದ ನಮ್ಮ ಬದುಕು ಸಮೃದ್ಧಿಯಾಗಲಿ

೯೮. ದುಡ್ಡಿನಿಂದ ಸುಖವೇನು

ದುಡ್ಡಿನಿಂದ ಸುಖವೇನು

.

ಬ್ಯಾಂಕಿನಲಿ ಕ್ಯಾಶಿಯರ್ ಆಗಲು ಎಷ್ಟು ಚೆನ್ನ
ನೋಟುಗಳ ಕಂತೆಯಲೇ ಪ್ರತಿದಿನ ಕಳೆಯುವದು ಮನ
ಎಲ್ಲರಿಗೆ ದುಡ್ಡು ಕೊಡುವುದು ಒಂದೇಸವನೆ
ಎಲ್ಲರಿಂದ ದುಡ್ಡು ಪಡೆಯುವದೂ ಒಂದೇಸವನೆ

.

ನಾ ಕ್ಯಾಶಿಯರ್ ಆಗಿ ನೋಡಬೇಕು
ದುಡ್ಡು ಎನಿಸುವ ಖುಶಿಯ ಕಾಣಬೇಕು
ಜೀವನದಲಿ ಎಂದೂ ದುಡ್ಡು ಮಾಡಲಾಗಲಿಲ್ಲ
ಪ್ರತಿದಿನ ನೋಟಿನ ಕಂತೆಗಳ ಸುಖವಿರಲಿಲ್ಲ

.

ಅದೆಷ್ಟು ಜನ ಶ್ರೀಮಂತರು ಜಗದಲ್ಲಿಹರು
ಕ್ಯಾಶಿಯರನಂತೆ ದುಡ್ಡು ಸದಾ ಎನಿಸುವರು
ಆದರೇನಂತೆ ಬದುಕಿನ ಕ್ಷಣಗಳು ಹೋದವು
ಶ್ರೀಮಂತನಿದ್ದರೂ ಬಡವನ ಕ್ಷಣಗಳೇ ಆದವು

.

ದುಡ್ಡಿನಿಂದ ಏನೆಲ್ಲಾ ಪಡೆಯಬಹುದು
ಸುಖ ಸಂತೋಷಗಳ ಅದೆಲ್ಲಿ ಕಾಣಬಹುದು
ನೀ ಗಳಿಸಿದ ದುಡ್ಡು ಹಾಗೇ ಕೊಳೆಯುವದು
ಆಯುಷ್ಯ ಮಾತ್ರ ಗೊತ್ತಿಲ್ಲದೆ ಕಳೆದೇ ಹೋಗುವದು

.

ದುಡ್ಡಿಲ್ಲದಿದ್ದರೂ ನಗುವ ಬಡವರುಂಟು

ದುಡ್ಡಿದ್ದರೂ ಹಲುಬುವ ಶ್ರೀಮಂತರೂ ಉಂಟು
ಬದುಕಿನ ಪರಿಯೆ ಹೀಗೆ, ಎಲ್ಲ ವಿಚಿತ್ರವೇ
ಕಡಲೆ ಇದ್ದವಗೆ ಹಲ್ಲಿಲ್ಲ ಎಂಬ ಮಾತು ನಿಜವೇ

೯೯. ಕಲಿಯುಗದಲ್ಲಿ ಶ್ರೀರಾಮ

ಕಲಿಯುಗದಲ್ಲಿ ಶ್ರೀರಾಮ

.

ಕಲಿಯುಗದಲಿ ಶ್ರೀರಾಮ ಕಾಣಸಿಗುವನೆ
ಅಂತ ಉತ್ತಮ ವ್ಯಕ್ತಿತ್ವ ಕಂಡುಬರುವುದೆ
ಶ್ರೀರಾಮನಿದ್ದ ರೀತಿ ಈಗ ಇರಬಹುದೇ
ಅವನಂತೆ ಉದಾತ್ತ ವ್ಯಕ್ತಿತ್ವ ಕಂಡುಕೊಳ್ಳಬಹುದೇ

.

ನನಗೂ ಇಚ್ಛೆಯಿದೆ ಪ್ರಭುವಿನಂತಾಗಬೇಕು
ಶ್ರೀರಾಮನ ಹಾಗೆ ಸರಳತನ ಹೊಂದಬೇಕು
ಸರಳವಾಗಿದ್ದರೆ ಲೋಕದ ಡೊಂಕು ಬಿಡುವದೆ
ಇಂದಲ್ಲ ನಾಳೆ ನನ್ನನು ಡೊಂಕು ಮಾಡದಿರುವದೆ

.

ಅವನಂತೆ ಸತ್ಯನಿಷ್ಠನಾಗುವ ಇಚ್ಛೆಯಿದೆ
ಜಗದಲಿ ಶಾಂತಿ, ಸುಖವ ತರುವ ಇಚ್ಛೆಯಿದೆ
ಸತ್ಯವಂತನಾಗುತ್ತಲೇ ನೂರೆಂಟು ತೊಂದರೆಗಳು
ಪ್ರತಿದಿನವೂ ಉಸಿರುಗಟ್ಟುವ ಸ್ಥಿತಿಯು

.

ನನಗೂ ತಂದೆತಾಯಿಯ ಮೇಲೆ ಅತಿ ಗೌರವವು
ಅವರನ್ನು ಕಣ್ಣಲಿ ಇಟ್ಟು ಪೂಜಿಸುವ ಮನವು
ನನ್ನ ಸ್ವಾರ್ಥದಲಿ ತಂದೆತಾಯಿಯ ಮರೆತೆನು
ಸಂಸಾರ ಬಂಧನದಲಿ ಇನ್ನು ಒಡಹುಟ್ಟಿದವರೇನು

.

ಹೌದು ನಾವೆಲ್ಲ ಶ್ರೀರಾಮನ ಆದರ್ಶ ಪಡೆಯಬೇಕು

ಹೃದಯದಲಿ ಅವನ ಆದರ್ಶಗಳು ವಾಸಿಸಬೇಕು
ಎಂಥ ಸ್ಥಿತಿಯಲೂ ಧೃತಿಗೆಡದ ಮನವಿರಲಿ
ದೇಶದಲಿ ರಾಮರಾಜ್ಯ ಪುನರ್ ಸ್ಥಾಪಿತವಾಗಲಿ

100. ಶಕ್ತಿಯ ಸದುಪಯೋಗ

ಶಕ್ತಿಯ ಸದುಪಯೋಗ

ಆನೆಯ ಶಕ್ತಿಯಿರಲು ಎಷ್ಟು ಚೆನ್ನವು
ಎಂಥ ಭಾರಿ ಕೆಲಸವೂ ಅತಿ ಸುಲಭವು
ಶಕ್ತಿಯ ಮಹತ್ವವೇ ಹಾಗೆ,ಎಲ್ಲದಕೂ ಶಕ್ತ
ಜಗದಲಿ ಜಾಗವಿಲ್ಲ ನೀ ಇರಲು ಅಶಕ್ತ

ನಾನೂ ಆನೆಯಂತೆ ಬಲಾಢ್ಯನಾಗಬೇಕು
ಅದೆಂಥ ಭಾರಿ ಕೆಲಸವನೂ ಮುಗಿಸಿ ಬಿಡಬೇಕು
ನನ್ನ ಶಕ್ತಿಗೆ ಗೌರವ ಎಲ್ಲರೂ ಕೊಡುವರು
ಕೆಲಸವಾಗಿರಲು ಬಿಡದೆ ಎಲ್ಲರೂ ಹೊಗಳುವರು

ದುಷ್ಟರಿಗೆ ಅದೇಕೋ ವಿಚಿತ್ರ ಶಕ್ತಿಯು
ಆನೆಯಂತೆ ಎಷ್ಟೋ ಸಲ ಬಲಾಢ್ಯರು
ಸಮಾಜ ಇಂಥವರಿಂದ ಕುಗ್ಗಿ ಹೋಗಿದೆ
ಅವರ ಅನ್ಯಾಯಕೆ ತಲೆ ತಗ್ಗಿಸುವಂತಾಗಿದೆ

ಶಕ್ತಿಯಿರಲು ಗರ್ವ ತಾನಾಗಿಯೇ ಮೂಡುವದು
ಎಲ್ಲರ ಸದೆಬಡೆವ ಗರ್ವ ತಲೆಗೇರುವದು
ಸತ್ಯದ ಮಾರ್ಗದಲ್ಲಿರೆ ಶಕ್ತಿಯ ಉಪಯೋಗ
ಅಸತ್ಯದಲ್ಲಿರೆ ಅಂಥ ಶಕ್ತಿಯ ದುರುಪಯೋಗ

ಹೌದು ನಾ ಆನೆಯಾಗುವೆ ಬಲಶಾಲಿಯಾಗುವೆ

ಸತ್ಯಕ್ಕಾಗಿ ನನ್ನ ಬಾಳ ಉಪಯೋಗಿಸುವೆ
ಸಮಾಜದಲಿ ಸತ್ಯ ನಿಲುವದು ಎಂದು ಸಾಬೀತುಗೊಳಿಸುವೆ
ಅಸತ್ಯವ ಜಗದಿಂದ ಹೊಡೆದೋಡಿಸುವೆ

ಹೃತ್ಪೂರ್ವಕ ವಂದನೆಗಳು

ನಿಸರ್ಗವು ಕೊಟ್ಟ ರೂಪದಂತೆ ಬದುಕು ನಮ್ಮೆಲ್ಲರದು ರೂಪಗೊಂಡಿದೆ . ಆ ರೂಪವನ್ನು ಗೌರವಿಸೋಣ ಮತ್ತು ಸುಂದರ ಭವಿಷ್ಯ ನಿರ್ಮಿಸೋಣ. ನಾವು ಕಂಡ ಕನಸಿನ ಲೋಕದಂತೆ ನಿಜಲೋಕದ ಸ್ವರೂಪವನ್ನೂ ಪಡೆಯೋಣ

www.ingramcontent.com/pod-product-compliance
Lightning Source LLC
Chambersburg PA
CBHW020914160726
47993CB00005B/1970